D1763710

அக்பர்

(வாழ்க்கை வரலாறு)

அக்பர்

(வாழ்க்கை வரலாறு)

என். சொக்கன்

ZDP
SPECIFICS

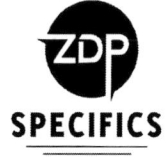

Title: Akbar
Author's Name: N Chokkan
Copyright © N Chokkan2023
Published by ZDP Specifics

All rights reserved. No part of this publication may be reproduced, stored in a retrieval system, or transmitted, in any form or by any means, electronic, mechanical, photocopying, recording, psychic, or otherwise, without the prior permission of the publishers.

(An imprint of Zero Degree Publishing)
No. 55(7), R Block, 6th Avenue,
Anna Nagar,
Chennai - 600 040

Website: www.zerodegreepublishing.com
E Mail id: zerodegreepublishing@gmail.com
Phone: 89250 61999

ZDP Specifics First Edition: January 2023
ISBN: 978-93-95222-24-2
TITLE NO ZDPS: 40

Rs. 190/-

Cover Design & Layout: Vijayan, Creative Studio
Printed at Clictoprint, Chennai, India

பொருளடக்கம்

1. அமைதியான அண்ணன் 7
2. உள்ளுக்குள் எதிரி 18
3. கனவில் வந்த மகன் 28
4. ஓர் ஒப்பந்தம் 37
5. மீண்டும் இந்தியா! 46
6. ஒரு விசுவாசியின் கதை 52
7. பிரதமர் பைரம் 63
8. வலை பாய்தல் 79
9. ராணா, மஹாராணா 95
10. புது நகரம் 111
11. ரத்தினங்கள் 117
12. அரசரின் சிநேகிதர் 132
13. நானே ராஜா! 138
14. உலகை வென்றவர் 149

பின்னிணைப்பு:
நன்றி & சான்றுகள் 155

1. அமைதியான அண்ணன்

ஒரே ஒரு ஊரிலே, ஒரே ஒரு ராஜா.

அந்த ராஜாவுக்கு வயதானது. ராஜ்ஜியத்தை அடுத்தவரிடம் ஒப்படைக்கவேண்டிய நேரம் வந்தது.

பொதுவாக அன்றைய ராஜாக்களுக்குச் சில மனைவிகளும், அதனால் பல பிள்ளைகளும் இருப்பது வழக்கம். மன்னராட்சி விதிமுறைகளின்படி, அந்த அரசர் இவர்களில் யாரோ ஒருவரைத்தான் தன்னுடைய வாரிசாகத் தேர்ந்தெடுக்கமுடியும், அவர்தான் அடுத்த அரசர்.

ஒரே பிரச்னை, இருக்கிற இத்தனை மகன்களில் யாரைத் தேர்ந்தெடுப்பது? எப்படித் தேர்ந்தெடுப்பது?

இந்தக் குழப்பமே வேண்டாம் என்று பல அரசர்கள் தங்களுக்கு முறைப்படி பிறந்த குழந்தைகளில் மூத்தவர் யார் என்று பார்ப்பார்கள், அவரைத் தங்களது அதிகாரபூர்வமான வாரிசாகத் தேர்ந்தெடுத்து அறிவித்துவிடுவார்கள். மற்ற பிள்ளைகள், அதாவது, முதன்மை இளவரசரின் தம்பிகள் அவரை மதித்து நடந்துகொள்ளவேண்டியது, அவர் தருகிற துண்டு துக்கடாப் பதவிகளை ஏற்றுக்கொண்டு திருப்தியடையவேண்டியது.

பல நேரங்களில், இந்த ஏற்பாடு ஒழுங்காக வேலை செய்யாது. 'அவனுக்குமட்டும் ராஜ்ஜியம், எனக்குப் பூஜ்ஜியமா?' என்று யாராவது சிலிர்த்தெழுவார்கள், 'அதானே' என்று அவர்களுடைய அல்லக்கைகள் ஏற்றிவிடுவார்கள், கிடைத்த படையைத் திரட்டிக்கொண்டு அப்பா மீது, அல்லது அண்ணன் மீது படையெடுப்பார்கள்.

இப்படிச் சொந்தச் சகோதரர்களிடையே நிகழ்ந்த யுத்தங்களில் உருண்ட தலைகள், மாறிய அரசாங்கங்கள் ஏராளம். பல தேசங்களின் தலையெழுத்தே இதனால் மாறியிருக்கிறது.

என்னதான் அரசாட்சி பெரிய விஷயம் என்றாலும், அதற்காகக் கூடப் பிறந்தவர்களைக் கொல்வது நியாயமா? நேற்றுவரை ஓடிப் பிடித்து விளையாடிய சகோதரர்கள் இப்போது திடீரென்று முறைத்துக்கொண்டு நின்றால் எப்படி? இவர்களில் யார் ஜெயித்தாலும் இழப்பு அரச குடும்பத்துக்குதானே?

இப்படி யோசித்த அரசர்கள் சிலர், அபூர்வமாக, தங்களுடைய வாரிசு இன்னார்தான் என்று தெளிவாக அறிவிக்கமாட்டார்கள். அல்லது, 'மூத்தவன்தான் அடுத்த ராஜா, ஆனா மத்தவங்களுக்கும் ஆட்சியில பங்கு உண்டு' என்று ஒருமாதிரியாகப் பூசி மெழுகுவார்கள், இருக்கிற சகோதரர்களை ஆளுக்கு ஒரு மூலையில் பொறுப்பாக உட்காரவைத்துச் சமாளிப்பார்கள்.

இதுவும் கொஞ்சம் விவகாரமான சமாசாரம்தான். அரசர் இருக்கும்வரை குழப்பம் வராது, அவருக்குப்பிறகு, இவன் அவனுடைய பகுதியை ஆக்கிரமிப்பான், அவன் இவன்மீது மோதுவான், இப்படி இருவரும் தங்களுக்குள் சண்டையிட்டு நாட்டைக் கூறுபோட்டுப் பலவீனப்படுத்திக்கொண்டிருக்கிற போது அக்கம்பக்கத்து நாட்டுக்காரர்கள் இவர்களை அடித்து வீழ்த்திவிட்டுப் போய்விடுவார்கள்.

இதையெல்லாம் தவிர்க்கவேண்டும் என்றால், அரசரோ, அல்லது அவருடைய மூத்த மகனோ கொஞ்சமும் இரக்கமில்லாமல் நடந்துகொள்ளவேண்டும். சொந்தப் பிள்ளையாச்சே, தம்பியாச்சே என்றெல்லாம் யோசிக்காமல் வாலை நீட்டினால்

உடனே வெட்டி வீழ்த்தவேண்டும், சிறையில் தள்ளவேண்டும், கண்ணைப் பிடுங்கவேண்டும், தேவைப்பட்டால் உயிரையே எடுக்கவும் தயங்கக்கூடாது. அப்போதுதான் ராஜ்ஜியம் கேரண்டி!

கேட்பதற்கு ஒருமாதிரி இருந்தாலும், அன்றைய சூழ்நிலையில் அப்படி முரட்டுத்தனமான அணுகுமுறை தேவைப்பட்டது. இல்லாவிட்டால் நாட்டில் அரசியல் நிலைத்தன்மை இருக்காது, மக்கள் சிரமப்படுவார்கள், அதற்காகச் சில உயிர்களைப் பலி கொடுத்தாலும் தப்பில்லை என்று அப்போதைய அரசர்கள் நினைத்தார்கள்.

அபூர்வமாக, மிக அபூர்வமாக யாராவது ஒரு ராஜா, தன்னுடைய தம்பிகள்மீது பரிவோடு நடந்துகொண்டார். அவர்கள் எத்தனை தப்பு செய்தாலும் பரவாயில்லை என்றார். அத்தனையையும் மன்னித்தார். அவர்கள் கேட்பதை மறுக்காமல் கொடுத்து அனைவரையும் அரவணைத்துச் சென்றார்.

அப்பேர்ப்பட்ட நல்ல ராஜாவுக்கும், வாய்த்த தம்பிகள் எல்லாம் பதவி வெறியர்கள், அண்ணனின் நல்ல குணத்தைப் பயன்படுத்திக்கொண்டு திரும்பத் திரும்ப அவர் தலையில் மிளகாய் அரைத்தார்கள், சுயநலம் ஒன்றுதான் குறிக்கோள், தான் நன்றாக இருக்கவேண்டும், அவ்வளவுதான், அதனால், தங்கள் தந்தை சேர்த்துவைத்த சாம்ராஜ்யம் எதிரிகள் கையில் சிக்கிச் சின்னாபின்னமாகிறதே என்றுகூட அவர்கள் யோசிக்கவில்லை.

இதனால், அந்த அண்ணன் பெரும் அவஸ்தைப்பட்டார். பல வருடங்கள் ராஜ்ஜியத்தை இழந்து தடுமாறினார். பாலைவனத்தில் அலைந்து திரிந்தார். பட்டத்து இளவரசனான அவருடைய மகன் எழுதப் படிக்கத் தெரியாதவனாக யார் வீட்டிலோ வளர்ந்தான். இழந்ததையெல்லாம் கஷ்டப்பட்டு மீண்டும் பெறுவதற்குள், அவருக்கு முதுமை வந்துவிட்டது.

அந்த அண்ணன் பெயர், ஹுமாயூன். இந்தியாவில் மொகலாய சாம்ராஜ்யத்தைத் தோற்றுவித்த பேரரசர் பாபரின் மகன். அக்பரின் தந்தை.

மற்ற மொகலாய அரசர்கள் அளவுக்கு ஹுமாயூன் பேசப்படுவதில்லை. 'அவரது ஆட்சிக்காலத்தில் சொல்லிக்கொள்ளும்படி உருப்படியாக எதுவுமே நடக்கவில்லை' என்று ஒரேயடியாக ஒதுக்கித்தள்ளும் சரித்திர ஆசிரியர்கள் உண்டு. 'அவர் இன்னும் கொஞ்சம் கடுமையாகவும் புத்திசாலித்தனத்தோடும் நடந்துகொண்டிருக்கவேண்டும்' என்று விமர்சிக்கிறவர்கள் நிறையப் பேர்.

பாபர் உருவாக்கிய ராஜ்ஜியத்தை, ஹுமாயூன் இழந்தார் என்பது உண்மை. அதற்குக் காரணம், அவரது மென்மையான அணுகுமுறையா, தம்பிகள்மீது பாசமா, சோம்பேறித்தனமா, உல்லாச வாழ்க்கையா என்று ஆயிரம் விவாதங்கள் நடந்தாலும், மொகலாய ஆட்சியை அசட்டையாகப் பறிகொடுத்தது மன்னிக்கமுடியாத குற்றமே.

அதேசமயம், ராஜ்ஜியத்தைத் தொலைத்துவிட்டு நாடோடியாகச் சுற்றித் திரிந்த காலத்திலும், பல இடங்களில் உதவி கேட்டு அவமானத்தைச் சந்தித்தபோதும், ஹுமாயூன் நம்பிக்கையைமட்டும் இழக்கவில்லை என்பதைக் கவனிக்கவேண்டும். அங்கே, இங்கே திரிந்து எப்படியாவது இழந்ததைப் பிடித்துவிடவேண்டும் என்பதில் அவர் மிகுந்த உறுதியுடன் இருந்தார். இந்த விஷயத்திலும் அவர் அசட்டையாக இருந்திருந்தால், இப்போது நாம் மொகலாயர்களைப் பற்றிப் புத்தகங்களில் படித்துக்கொண்டிருக்கமாட்டோம்.

ஹுமாயூனின் கதையை நாம் பரிவோடு அணுகவேண்டியிருப்பதற்கு இன்னொரு காரணமும் உண்டு. வாலாட்டிய சகோதரர்கள்மீது கடும் நடவடிக்கை எடுக்கமுடியாதபடி அவருடைய கைகளைக் கட்டிப்போட்டது வேறு யாரும் இல்லை, தந்தை பாபரேதான் என்கிறார்கள்.

இது நிஜத்தில் நடந்த விஷயமா? அல்லது, யாரோ எழுதிவைத்த மர்மக் கதையா? இப்போது அந்த உண்மையைக் கண்டறிவது மிகவும் சிரமம்.

காரணம், அன்றைய சரித்திரப் பதிவுகள் அனைத்துமே கொஞ்சம் எதார்த்தம், நிறைய அம்புலி மாமா கதை என்ற விகிதத்தில்தான் எழுதப்பட்டிருக்கின்றன. அரசர்களே பதிவு செய்த டைரிகள், சுயசரிதைகள், அவர்களுடைய மந்திரிமார்கள், உறவுக்காரப் பெண்கள் எழுதியவை, அரசவைக் கவிஞர்களின் படைப்புகள், அந்த ஊர்களைப் பார்க்க வந்த பயணிகளின் குறிப்புகள், கல்வெட்டுகள் என்று சகலத்திலும் இந்தக் கலப்படம் உண்டு.

உதாரணமாக, ஒருமுறை ஹுமாயூனுக்கு உடல்நிலை மிகவும் மோசமானபோது, அவருடைய தந்தை பாபர் இறைவனிடம் இப்படி வேண்டினாராம், 'ஆண்டவா, என்னுடைய உயிரை எடுத்துக்கொள், என் மகனைக் காப்பாற்று!'

மறுநாள், ஹுமாயூனின் உடம்பு தேறத் தொடங்குகிறது, பாபர் உடல்நிலை மோசமாகிறது. கொஞ்சம் கொஞ்சமாகத் தளர்ந்து மறைந்துவிடுகிறார் அவர். இந்தச் சம்பவம் பல சரித்திரக் குறிப்புகளில் காண்பிக்கப்பட்டுள்ளது.

உண்மையாகவே பாபர் இப்படி ஒரு மெகா சீரியல் டயலாக் பேசித் தன் உயிரைப் பலி கொடுத்தபிறகுதான் ஹுமாயூன் பிழைத்தாரா, அல்லது அவருக்கு உடல்நிலை குணமாகும் நேரத்தில் எதேச்சையாக இவர் நோயில் விழுந்தாரா? யாரால் எப்படிச் சொல்லமுடியும்?

இந்த ஒரு காட்சி மட்டுமல்ல, இப்படிப் பழங்காலச் சரித்திரத்தில் நிறைய சம்பவங்கள் கவித்துவ அழகோடு படைக்கப்பட்டிருக்கின்றன, மிகைப்படுத்தப்பட்டிருக்கின்றன, அரசர்களைப்பற்றிய கறுப்புப் பக்கங்கள் மறைக்கப்பட்டிருக்கின்றன, எதிரிகளை வேண்டுமென்றே தீவிர வில்லன்களாகச் சித்திரித்திருக்கிறார்கள் என்றுதான் இன்றைய பார்வையில் நம்பவேண்டியிருக்கிறது. அதேசமயம் இவை நிஜத்தில் அப்படியே நடந்திருக்கவும் ஒரு வாய்ப்பு உண்டு என்பதும் உண்மை.

என்ன? ரொம்ப வழவழா கொழகொழா என்று இருக்கிறதா? வேறுவழியில்லை. இந்தப் புத்தகம் நெடுக இதுபோல் பல சம்பவங்களைப் பார்க்கப்போகிறோம், அங்கெல்லாம் அன்றைய சரித்திர ஆசிரியர்களின் குறிப்புகள், பதிவுகளை அப்படியே ஏற்றுக்கொள்வதும், கொஞ்சம் உப்பு, மிளகு தூவித் தின்று ஜீரணிப்பதும் உங்கள் விருப்பம்.

அது நிற்க. மீண்டும் ஹுமாயூன் கதைக்குத் திரும்புவோம். அவர் சுதந்திரமாகச் செயல்படமுடியாதபடி பாபர் அவருடைய கைகளை ஏன் கட்டிப்போட்டார்?

பாபருடைய முன்னோர்கள் மத்திய ஆசியாவைச் சேர்ந்தவர்கள். அங்கே ட்ரான்ஸோக்ஸியானா என்ற பகுதியில் ஆட்சி செய்துவந்த அபு ஸயீத் மிர்ஸா என்பவர்தான் பாபரின் தாத்தா.

அபு ஸயீத் மிர்ஸா தன்னுடைய ஆட்சிக்கு உட்பட்ட நிலப் பிரதேசங்களைத் தன் மகன்களுக்குக் கொஞ்சம் கொஞ்சமாகப் பிரித்துக் கொடுத்தார். அப்படித் துண்டு போடப்பட்ட பகுதிகளில் ஒன்று, ஃபெர்கானா என்ற பள்ளத்தாக்கு. இப்போதைய உஸ்பெகிஸ்தான், தஜகிஸ்தான் பகுதிகளில் இருக்கிறது.

ஃபெர்கானாவைத் தன் மகன் உமர் ஷேக் மிர்ஸாவுக்குப் பிரித்துக்கொடுத்தார் அபு ஸயீத் மிர்ஸா. இந்த உமர் ஷேக்கின் மகன்தான் பாபர்.

உமர் ஷேக் தன் வாரிசாகப் பாபரைத்தான் எண்ணியிருந்தார். ஆனால் அதை உறுதிப்படுத்துவதற்கான ஏற்பாடுகளைச் செய்து முடிப்பதற்குள் அவர் இறந்துவிட்டார்.

அப்போது பாபருக்கு வயது, வெறும் பன்னிரண்டுதான். உமர் ஷேக் மிர்ஸாவின் நம்பிக்கைக்குரிய விசுவாசிகள் சிலர் ஃபெர்கானாவின் அரசராக அவருக்கு முடிசூட்டிவைத்தார்கள்.

ஆனால், ஆரம்பத்திலிருந்தே பாபரால் சுதந்திரமாகச் செயல்படமுடியவில்லை, நிம்மதியாக ஆட்சி

செய்யமுடியவில்லை. காரணம், அவருடைய ஆட்சியைக் கவிழ்க்கத் துடித்த வில்லன்கள்.

இத்தனைக்கும் ஃபெர்கானா அப்படியொன்றும் பெரிய ராஜ்ஜியம் இல்லை. ஆனாலும் அதை வளைத்துப் பிடித்துவிடப் பெரிய போட்டி இருந்தது. 'பாபர் சிறுவன்தானே, சீக்கிரமாக வீழ்த்திவிடலாம்' என்பது இவர்களுடைய கணக்கு.

பாபர் யோசித்தார், 'இந்தச் சின்ன நாட்டையும், தக்கனுண்டு படையையும் வைத்துக்கொண்டு நம்மால் பெரிதாக எதையும் சாதிக்கமுடியாது, அக்கம்பக்கத்தில் உள்ள சில நாடுகளை வளைத்துப்போட்டுச் சாம்ராஜ்யத்தை விரிவுபடுத்தினால் என்ன?'

அதுவரை தன் நாட்டைப் பாதுகாத்துக்கொள்வதற்காகமட்டுமே கத்தி எடுத்த பாபர், இப்போது நாடு பிடிக்கும் வேட்டையில் இறங்கிவிட்டார். பேரரசர் ஆகும் கனவு அவரை முன்னோக்கிச் செலுத்தியது.

ஒரே பிரச்னை, வானத்தைத் தொடும் முயற்சியில் மடியில் கட்டியிருந்த காசைப் பறிகொடுத்ததுபோல, பாபருடைய சொந்தத் தேசமான ஃபெர்கானாவை அவரது சகோதரர் ஜஹாங்கீர் ஆக்கிரமித்துக்கொண்டார். அதை மீட்பதற்காகத் திரும்பி வந்தால், இப்போது பிடித்துவைத்திருந்த சமர்கண்ட் எதிரிகள் வசம் சென்றுவிட்டது.

இதனால், அரசர் பாபர் இப்போது நாடோடி பாபர் ஆனார். மிகச்சில விசுவாசிகளின் துணையோடு இழந்ததைத் திரும்பப் பெறுவதற்கான முயற்சிகளில் ஈடுபட்டார்.

இந்தக் கதை பல வருடங்களுக்குத் தொடர்ந்தது, பாபர் எதையாவது ஜெயிப்பது, பின்னாலேயே வேறு யாரேனும் வந்து அதைப் பிடுங்கிக்கொண்டு இவரை விரட்டுவது, மீண்டும் பதுங்கி வாழ்வது, மீண்டும் போர், மீண்டும் இழப்பு, மீண்டும் தலைமறைவு வாழ்க்கை...

பல சோதனைகளுக்குப்பிறகும் தன்னுடைய நம்பிக்கையைமட்டும் கைவிடாத பாபர், காபூலைக் கைப்பற்றினார். அதன்பிறகுதான் அவர் கொஞ்சம் பதற்றமில்லாமல் உட்கார்ந்து மூச்சு விடமுடிந்தது.

இத்தனை வருடப் போராட்டத்தில், பாபர் பல பாடங்களைக் கற்றுக்கொண்டிருந்தார். அவற்றைப் பயன்படுத்தி, காபூலை உருப்படியாக ஆட்சி செய்யலாம், அல்லது, இதே வேகத்தில் இன்னும் ஏராளமான நாடுகளை வளைத்துப்போட்டுப் பேரரசை விரிவுபடுத்தலாம்.

அப்போது பாபரின் இடத்தில் வேறு யார் இருந்திருந்தாலும், முதல் சாய்ஸைதான் தேர்ந்தெடுத்திருப்பார்கள். ஆனால் பாபருடைய உடம்பில் ஓடும் ரத்தம் வேறுவிதமானது, அவர் நிம்மதியாக ஈஸி சேரில் சாய்ந்து உட்காராமல் அடுத்த தாக்குதலுக்குத் தயாராகிவிட்டார்: இந்தியா!

அதுவரை பாபர் இந்தியாவைப் பார்த்தது கிடையாது. ஆனால் அங்கே சென்றுவந்தவர்களிடமிருந்து நிறையக் கேள்விப்பட்டிருக்கிறார். அந்தத் தேசமும், அங்கிருக்கும் நகரங்களும், இயற்கை வளங்களும், செல்வச் செழிப்பும், மனிதர்களும், பழக்கவழக்கங்களும்... எல்லாமே அவரை ஏதோ ஒருவிதத்தில் ஈர்த்தன. கேட்டது கொஞ்சம், கற்பனை மிச்சம் என இந்தியாவின்மீது ஆசையை வளர்த்துக்கொண்டுவிட்டார்.

ஆனால் பாபரின் திட்டம் இந்தியாவில் செட்டிலாவது அல்ல. கிடைத்ததை அள்ளிக்கொண்டு திரும்பிவிடலாம் என்கிற கமர்ஷியல் நோக்கத்துடன்தான் அவர் இங்கே நுழைந்தார். ஒன்றிரண்டுமுறை அதைக் கச்சிதமாகச் செய்து முடித்தார்.

1524ம் வருடம். நாம் இப்போது 'இந்தியா' என்று சொல்லும் ஒற்றை தேசம் அப்போது இல்லை, இதேபோல் வெவ்வேறு சிறிய, பெரிய, நடுத்தர சைஸ் தேசங்களை வெவ்வேறு மன்னர்கள் ஆண்டுவந்தார்கள். இவர்களுள் பலம் வாய்ந்த சிலருக்கு மற்றவர்கள் கப்பம் கட்டித் தங்களுடைய ஆட்சி,

அதிகாரத்தைத் தக்கவைத்துக்கொண்டார்கள். இவர்களிடையே பெரும் தாதா என்று பார்த்தால், டெல்லியை ஆட்சி செய்துவந்த இப்ராகிம் லோடி.

என்னதான் 'சுல்தான்' என்று பெயர் சூட்டிக்கொண்டாலும், இப்ராகிம் லோடியைப் பிடிக்காத கோஷ்டிகள் நிறைய இருந்தன. அவர்களெல்லாம் இவரைக் கவிழ்ப்பதற்கான நேரம் பார்த்துக் காத்திருந்தார்கள்.

இந்த நேரத்தில்தான், இந்தியாவிலிருந்து பாபருக்கு ஒரு செய்தி சென்றது, 'அக்கிரமக்காரன் இப்ராகிம் லோடியை அழிக்க வாருங்கள் ஐயா!'

லோடியாவது கேடியாவது, வளம் நிறைந்த இந்தியாவைக் கொள்ளையடிப்பதற்கு இன்னொரு வாய்ப்பு, பாபர் சந்தோஷமாகக் கிளம்பிவிட்டார்.

'முதலாம் பானிப்பட் யுத்தம்' என்று பள்ளிக்கூடத்தில் படித்திருப்போமே, டெல்லி அருகே பாபர், இப்ராகிம் லோடி இருவருடைய படைகளும் மோதிக்கொண்ட போர்தான் அது.

எண்ணிக்கை அளவில் பார்த்தால், பாபரிடம் சுமார் இருபதாயிரம் வீரர்கள்தான் இருந்தார்கள். ஆனால் லோடி ராணுவத்தின் கணக்கு ஒரு லட்சத்தைத் தாண்டியது.

ஆனால், பாபரிடம் துப்பாக்கிகள், பீரங்கிகள் என்ற புதுமையான ஆயுதங்கள் இருந்தன. அதோடு ஒப்பிடுகையில் லோடியின் வீரர்கள் புராதனப் போர் முறைகளையே நம்பியிருந்தார்கள்.

இதனால், முதலாம் பானிப்பட் யுத்தம் அதிக நேரம் நீடிக்கவில்லை. நடுப்பகல் நேரத்துக்குள் பாபர் வெற்றி பெற்றுவிட்டார். 'கடவுளின் கருணையால் அத்தனை கடினமான பணிகூட எங்களுக்குச் சுலபமாகிவிட்டது' என்று இதனை அவரே வர்ணித்திருக்கிறார்.

டெல்லியை ஜெயித்தபின் ஆக்ராவைச் சுற்றி வளைப்பதற்காகத் தன் மகன் ஹுமாயூன் தலைமையில் ஒரு சிறிய குழுவை

அனுப்பிவைத்தார் பாபர். அவர்களும் அதைக் கச்சிதமாகச் செய்து முடித்தார்கள்.

இதன்மூலம், இந்தியாவில் மொகலாயர்களின் சாம்ராஜ்யம் தொடங்கியது. சுல்தான் பாபர் படிப்படியாகப் பல திசைகளுக்குச் சென்று வெவ்வேறு தேசங்களை வென்று தன்னுடைய அதிகாரத்தில் இணைத்துக்கொண்டார், ஆட்சியை விரிவுபடுத்த ஆரம்பித்தார்.

ஒரு குடையின்கீழ் இந்தியாவைக் கொண்டுவந்த பாபரின் வெற்றிச் சரித்திரத்தை விளக்கமாகச் சொல்ல இது சரியான இடம் அல்ல. நமக்குத் தேவை, அவரது மகன், அல்லது, மகன்களின் கதை.

1508ம் வருடம் மார்ச் 6ம் தேதி, அதாவது, பாபர் இந்தியாவின் பேரரசராக முடி சூட்டிக்கொள்வதற்குப் பதினெட்டு வருடங்கள் முன்பாகப் பிறந்தவர் ஹுமாயூன். அவருக்கு இந்தப் பெயரைச் சூட்டியவர்கள், இரண்டு கவிஞர்கள்: மௌலானா மஸ்மதி, மற்றும் ஷா-இ-ஃபிரோஸ்-காத்ர்.

ஹுமாயூனைத்தவிர, பாபருக்கு மேலும் மூன்று மகன்கள் இருந்தனர்: கம்ரான் மிர்ஸா, ஹிண்டால் மிர்ஸா மற்றும் அஸ்காரி மிர்ஸா.

ஏற்கெனவே சொந்தச் சகோதரர், தூரத்து உறவினர்கள், பங்காளிகள்மூலம் என்னவெல்லாம் வெட்டு குத்துச் சண்டைகள் வரும் என்று கண்கூடாகப் பார்த்திருந்த பாபர், தன் மகன்கள் இப்படி அடித்துக்கொள்வதை விரும்பவில்லை. ஆகவே, ஹுமாயூனைத் தன் வாரிசாக அங்கீகரித்திருந்தாலும், மற்ற மகன்களுக்கும் வெவ்வேறு பொறுப்புகளை ஒதுக்கியிருந்தார்.

உதாரணமாக, 1530ல் பாபர் இறந்தபோது, ஹுமாயூனின் சகோதரர் கம்ரான் மிர்ஸா மொகலாய சாம்ராஜ்யத்தின் வடக்குப் பகுதிகளை ஆண்டுவந்தார். ஹுமாயூன் இந்திய சுல்தானாக முடி சூடியபோதும், கம்ரான், மற்ற சகோதரர்களின் பொறுப்பில் இருந்த பகுதிகளை அவர்களே தொடர்ந்து ஆட்சி

செய்தார்கள். அவற்றை ஹுமாயூன் கைப்பற்றவில்லை, தனக்கு அடங்கிக் கப்பம் கட்டி வாழவேண்டும் என்று தம்பிகளைக் கட்டாயப்படுத்தவும் இல்லை.

அதுமட்டுமில்லை, பின்னர் பல சந்தர்ப்பங்களில் அவருடைய தம்பிகள் நேரடியாகவே ஹுமாயூனுக்குத் துரோகம் செய்திருக்கிறார்கள், அவரது எதிரிகளுடன் கைகோர்த்துக் கொண்டிருக்கிறார்கள், அப்போதும் ஹுமாயூன் அவர்களைக் கொல்லவில்லை, ஒரே ஒருமுறை கம்ரான் மிர்ஸாவின் கண்களைப் பிடுங்கும்படி உத்தரவிட்டார், மற்றபடி வேறு யாரையும் அவர் கடுமையாகத் தண்டிக்கக்கூட இல்லை.

'அக்பர் நாமா' எழுதிய அபுல் ஃபஸல் இதற்கு ஒரு சுவாரஸ்யமான காரணம் சொல்கிறார்: 'கடைசிக்காலத்தில் பாபர் ஹுமாயூனிடம் அப்படி ஒரு சத்தியம் வாங்கிக்கொண்டார்.'

அதாவது, ஹுமாயூனின் சகோதரர்கள் அவருக்கு எதிராகக் கிளர்ந்தெழக்கூடும் என்று பாபர் எதிர்பார்த்திருக்கிறார். அதுபோன்ற நேரங்களில் அவர்கள் என்னதான் தவறு செய்தாலும் ஹுமாயூன் அடங்கிப்போகவேண்டும் என்று அவரிடம் சத்தியம் வாங்கியிருக்கிறார்.

ஒருவேளை இது உண்மையாக இருக்குமானால், ஹுமாயூனின் எதிர்காலத்தையும் பாபரே தீர்மானித்துவிட்டார் என்றுதான் சொல்லவேண்டும். பாபர்மட்டும் அந்தச் சத்தியத்தை வாங்கியிருக்காவிட்டால், அவரைப்போலவே அவர் மகனும் ஆட்சியை இழந்து காடுகள், மலைகள், பள்ளத்தாக்குகளில் நாடோடியாக அலைந்து திரிகிற அவசியம் ஏற்பட்டிருக்காது. அக்பர் என்கிற பேரரசர் கிட்டத்தட்ட ஏழை வீட்டுப் பிள்ளையாகப் பிறந்து, வளர்ந்திருக்கமாட்டார்!

2. உள்ளுக்குள் எதிரி

இந்தியாவின் பெரும்பகுதியை ஆட்சி செய்கிற அரசருக்கு, ‘சுல்தான்’, ‘சாம்ராட்’, ‘மஹாராஜா’, ‘பேரரசர்’, ‘சக்கரவர்த்தி’ என்றெல்லாம் கம்பீரமாகப் பட்டம் சூட்டுவார்கள். அல்லது, அவர்களே சூட்டிக்கொள்வார்கள்.

இதுபோன்ற பெயர்களைக் கேட்டவுடன், நமக்கு ஓர் உல்லாசமான பிம்பம்தான் மனத்தில் தோன்றும். மஹாராஜாவாகப்பட்டவர் தன் சிம்மாசனத்தில் திண்டு போட்டுச் சாய்ந்து உட்கார்ந்தபடி நாட்டை ஆள்கிறார், கை அமுக்க நாலு பேர், கால் அமுக்க நாலு பேர், கவரி வீச எட்டுப் பேர், சுற்றியிருக்கிற எல்லாரும் அவர் காலில் வந்து விழுகிறார்கள், அவர் பேச்சுக்கு அப்பீலே கிடையாது, இஷ்டப்படி சாப்பிட்டு, வேட்டையாடி, விளையாடி, அந்தப்புரத்தில் ஆட்டம் போட்டுக்கொண்டு சுகவாசியாக நேரத்தைக் கழிப்பதாக எண்ணுவோம்.

ஆனால், இத்தனையையும் தக்கவைத்துக்கொள்வதற்காக அவர்கள் படவேண்டிய அவஸ்தையைச் சரித்திரக் கதைகளோ சினிமாக்களோ பதிவு செய்வதில்லை. அதிகம் வேண்டாம், ஹுமாயூனின் வாழ்க்கையைப் பார்த்தாலே போதும்.

பாபர் ஆட்சிக்கு வந்தபோது, அவருக்கு வயது பன்னிரண்டு, அவர் மறைந்து ஹுமாயூன் பேரரசரானபோது, அவருக்கு வயது இருபத்திரண்டு.

ஆக, ஒப்பீட்டளவில் பார்த்தால், பாபரைவிட ஹுமாயூனுக்குப் பத்து வயது கூடுதல் அனுபவம் உண்டு. தன் தந்தையின் போர்களை நேரில் பார்த்திருக்கிறார், இவரும் சண்டை போட்டிருக்கிறார், ஒரு நாட்டைத் தக்கவைத்துக்கொள்ள என்னவெல்லாம் செய்யவேண்டும் என்பதைக் கவனித்திருக்கிறார்.

இந்தியாவும் இவருக்குப் புதிதல்ல, பாபர் இந்த நாட்டைக் கைப்பற்றியபின் நான்கு வருடங்கள் ஹுமாயூன் இங்கே இளவரசராக வாழ்ந்திருக்கிறார். இந்நாட்டின் வரலாறு, புவியியல், மக்களைப்பற்றி, ஆதரவாளர்கள், எதிரிகளைப்பற்றியெல்லாம் நன்றாகப் புரிந்துவைத்துக்கொண்டிருக்கிறார்.

இதையெல்லாம் வைத்துப் பார்க்கிறபோது, பாபரைவிடச் சிறப்பாக ஹுமாயூன் ஆட்சி செய்திருக்கவேண்டும். மொகலாய சாம்ராஜ்யத்தின் எல்லைகளை இன்னும் விரிவுபடுத்தியிருக்கவேண்டும்.

ஆனால் நிஜத்தில் என்ன நடந்தது? அப்பா விட்டுச்சென்ற ராஜ்ஜியத்தைப் பத்தே வருடங்களில் பறிகொடுத்துவிட்டு நடுத்தெருவில் நின்றார் ஹுமாயூன். என்ன காரணம்?

ரொம்ப நாள் இளவரசர் அந்தஸ்தில் ராஜ போகங்களுடன் வாழ்ந்ததாலோ என்னவோ, ஹுமாயூன் கொஞ்சம் ரிலாக்ஸான மனிதராகவே வாழ்ந்தார். வாழ்க்கையை நன்கு ஜாலியாக அனுபவிக்கவேண்டும் என்று நினைத்தார், யாரையும் அதிரடியாகத் தாக்கி எதையும் அபகரிக்கவேண்டும், இன்னும் இன்னும் சொத்து (அல்லது நாடு) சேர்க்கவேண்டும் என்கிற பேராசை அவருக்கு இல்லை.

மேலோட்டமாகப் பார்த்தால், இது நல்ல விஷயம்தான். ஆனால் மனிதனை மனிதன் தின்கிற சூழலில் வாழ்கிற ஓர் அரசர், இப்படிச் சாந்த குணத்தோடு நடந்துகொண்டால்,

சுற்றியிருக்கிறவர்கள் அதை எளிதில் புரிந்துகொண்டுவிடுவார்கள், அவர் தலையில் ஏறி உட்கார்ந்துவிடுவார்கள்.

ஹுமாயூன் விஷயத்தில் அதுதான் நடந்தது. விட்டேத்தியான மனோபாவத்தாலேயே தன்னுடைய சாம்ராஜ்யத்தை இழந்தவர் அவர். 'அப்பேர்ப்பட்ட பாபருக்குப் பிறந்த மகன் எப்படி இருந்திருக்கவேண்டும்! ஹுமாயூனுக்கு எதிரி வெளியே இல்லை, அவருக்குள்ளேயேதான்' என்று பல சரித்திர ஆசிரியர்கள் ஏமாற்றத்துடன் உச்சுக்கொட்டுகிறார்கள்.

1530ம் ஆண்டு இந்தியாவின் அரசரான ஹுமாயூன், பத்து வருடங்கள் கழித்து, 1540ல் வசிக்க ஒரு கூரைகூட இல்லாமல் திரியவேண்டிய நிலைமை எப்படி ஏற்பட்டது என்பதை நாம் முதலில் தெரிந்துகொள்ளவேண்டும். அப்போதுதான் அக்பரின் பிறப்பு, வளர்ப்புச் சூழல் நமக்குப் புரியும்.

ஹுமாயூன் ஆட்சிக்கு வந்தபோது, அவரது சாம்ராஜ்யத்தின் எல்லைகள் பத்திரமாக இல்லை. எந்தப் பக்கம் திரும்பினாலும் விதவிதமான விரோதிகள்.

கிழக்குத் திசையில் பார்த்தால், பீகாரில் இப்ராகிம் லோடியின் தம்பி மஹ்மூத் லோடி மற்றும் ஷெர் கான், கீழே தெற்குப் பக்கம் பார்த்தால் குஜராத்தில் பஹதூர் ஷா, மேலே வடக்குப் பக்கம், ஹுமாயூனின் சொந்தத் தம்பி கம்ரான் மிர்ஸா.

இவர்கள் எல்லாருக்கும், தங்கள் நாட்டைப் பாதுகாத்துக்கொள்ளவேண்டும் என்கிற அடிப்படை விருப்பமும், முடிந்தால் புது ராஜாவை ஒரு தட்டு தட்டிப் பார்க்கலாமா என்கிற குறுகுறுப்பும் இருந்தது. இது ஒரு பேரரசுக்கு நல்லதல்ல.

இந்தச் சூழ்நிலையில் ஹுமாயூன் என்ன செய்திருக்கவேண்டும்?

ஒன்று, தன்னிடம் இருக்கும் நாட்டைப் பாதுகாத்துக்கொள்கிற நோக்கத்துடன் ராணுவத்தைப் பலப்படுத்தியிருக்கவேண்டும், எல்லைகளைப் பாதுகாத்திருக்கவேண்டும்.

அல்லது, சுற்றியுள்ளவர்களிடம் நட்புக் கரம் நீட்டியிருக்கலாம், 'இந்தக் கோட்டைத் தாண்டி நீயும் வரக்கூடாது, நானும் வரமாட்டேன்' என்று ஒப்பந்தம் போட்டிருக்கலாம்.

அது சரிப்படாது என்று தோன்றினால், நாமே படையைத் திரட்டிக்கொண்டு சென்று அவர்களை ஒரு கை பார்க்கலாம், ஜெயித்தால் அந்த நாடும் நமக்குச் சொந்தமாகும், தோற்றாலும், பத்திரமாகத் திரும்பி வந்துவிடலாம்.

இப்படி ஜெயித்த நாடுகள் ஒவ்வொன்றிலும் தகுதி வாய்ந்த தளபதிகள், அதிகாரிகளை உட்காரவைக்கவேண்டும், உள்ளூர் மக்களிடையே கலவரம் ஏதும் ஏற்பட்டுவிடாதபடி, தோற்று ஓடியவர்கள் திரும்பி வந்து நம்மை வென்றுவிடாதபடி பார்த்துக்கொள்வது அவசியம்.

ஹுமாயூன் இவை அனைத்தையுமே கலந்துகட்டிச் செய்தார். ஆனால் ஒன்றைக்கூட உருப்படியாகச் செய்யவில்லை. அதுதான் பிரச்னை.

உதாரணமாக, ஆட்சிக்கு வந்த கையோடு ஹுமாயூன் மஹ்மூது லோடியை விரட்டத் தீர்மானித்தார். 1533ம் ஆண்டு அவர்களுக்கு எதிராகப் படை எடுத்துச் சென்று ஜெயித்தார்.

ஆனால், இந்த வெற்றி முழுமையானது அல்ல. ஆஃப்கன் படையில் இன்னொரு பெரும் வீரர் பாக்கியிருந்தார். அவர் பெயர் ஷேர் கான்.

ஆக, கிழக்குத் திசையில் தன்னுடைய எல்லையைப் பலப்படுத்தவேண்டும் என்று ஹுமாயூன் நிஜமாகவே விரும்பியிருந்தால், அவர் ஷேர் கானையும் தாக்கி அழிப்பது அவசியம். இல்லாவிட்டால், இவர் அந்தப் பக்கம் திரும்பியதும் ஷேர் கான் மறுபடி வாலாட்டத் தொடங்கிவிடுவார்.

இதை நன்றாக உணர்ந்திருந்த ஹுமாயூன் ஷேர் கானைத் தாக்குவதற்கான முயற்சிகளில் இறங்கினார். அதில் கிட்டத்தட்ட ஜெயித்துவிட்டார்.

அந்த நேரத்தில் குஜராத் பக்கத்திலிருந்து ஒரு செய்தி வந்தது, 'மேன்மை தங்கிய மஹாராஜாவே, இங்கே பகதூர் ஷாவின் தொல்லை தாங்கவில்லை. உங்களுடைய உறவுக்காரர்கள் சிலரைக் கூட்டணி சேர்த்துக்கொண்டு பேரரசுக்கு எதிராகக் கொடி பிடிக்கிறார். ஏதாவது செய்யுங்கள்.'

ஹுமாயூன் சந்தித்த முதல் தடுமாற்றம் அது. இந்தப் பக்கம் ஷேர் கானைத் தொடர்ந்து துரத்தி வீழ்த்துவதா? அல்லது, அங்கே குஜராத்தைக் கவனிக்க ஓடுவதா?

இந்தக் குழப்பத்தைப் புரிந்துகொண்ட ஷேர் கான், வேண்டுமென்றே இறங்கிவந்தார். சரணடைவதுபோல் மொகலாய சாம்ராஜ்யத்துடன் நட்புக்கரம் நீட்டினார்.

ஹுமாயூனுக்கு நிம்மதி. 'ஒழுங்கா ஆட்சி பண்ணு, மறுபடி வாலாட்டற வேலை கூடாது' என்று அதட்டிவிட்டு குஜராத்தைப் பார்க்க ஓடினார்.

அவர் யோசிக்க மறந்த விஷயம், ஷேர் கானின் திடீர் நட்பு, நிஜமானதுதானா? அல்லது, தோல்வி உறுதி என்று தெரிந்தபின், கூடுதல் பலத்தைச் சேகரித்துக்கொள்வதற்காக இப்படி நடிக்கிறாரா?

அதைப்பற்றி யோசிக்கக்கூட நேரம் இல்லாமல், ஹுமாயூனின் படை குஜராத்துக்குச் சென்றது. அங்கே பகதூர் ஷாவை எதிர்த்துப் போரிடத் தொடங்கியது.

ஹுமாயூன் சுமாரான அரசராக இருப்பினும், அவரது வீரத்தில் எந்தக் குறைச்சலும் கிடையாது. அங்கே லோடியை வீழ்த்தியதுபோலவே, இங்கே பகதூர் ஷாவையும் ஓட ஓட விரட்டிச் சென்றார். குஜராத், மால்வாவின் பெரும் பகுதிகளைக் கைப்பற்றி மொகலாய சாம்ராஜ்யத்துடன் இணைத்தார்.

ஆக, பாபரின் ராஜ்ஜியத்துடன் அந்தப் பக்கம் பீகார், இந்தப் பக்கம் குஜராத், மால்வா என்று பல குறிப்பிடத்தக்க பகுதிகளை இணைத்துவிட்டார் ஹுமாயூன். அதுவும் ஐந்தே வருடங்களுக்குள்!

யானை வாங்குவது பெரிய விஷயம்தான். ஆனால் அதை மேய்ப்பதற்குத் தனித் தகுதி வேண்டுமே. ஹுமாயூன் அந்த விஷயத்தில் கொஞ்சம் அல்ல, நிறையவே சொதப்பினார்.

உதாரணமாக, அங்கே ஷேர் கானை விட்டுவைத்ததுபோலவே, இங்கே குஜராத்திலும் பகதூர் ஷாவை விரட்டியதோடு நிறுத்திவிட்டார் ஹுமாயூன். நிரந்தரமாக அழிக்கவேண்டும் என்று நினைக்கவில்லை.

இதனால், ஹுமாயூன் தன் வெற்றியைச் சந்தோஷமாக அனுபவித்துக்கொண்டிருந்த அதே நேரத்தில், பேரரசின் இரு திசைகளில் ஷேர் கானும் பகதூர் ஷாவும் தங்களது நட்பு ராஜாக்களைச் சந்தித்து, அவர்களது ஆதரவுடன் படை திரட்ட ஆரம்பித்திருந்தார்கள். ஆட்சியை இழந்த வெறி, அவர்களை அதிவேகமாகவும் துல்லியமாகவும் செயல்படச் செய்தது.

அதற்கு நேர் எதிராக, ஹுமாயூனும், குஜராத்துக்கு கவர்னராக நியமிக்கப்பட்ட அவருடைய சகோதரர் அஸ்காரி மிர்ஸாவும் உல்லாசப் பேர்வழிகளாக இருந்தார்கள். சுற்றி என்ன நடக்கிறது என்பதைக் கவனிக்கவும் இல்லை, அதைச் சமாளிக்கும் அளவுக்குத் தங்களைத் தயார்செய்துகொள்ளவும் இல்லை.

மஹாராஜாவே இப்படி இருக்கும்போது அதிகாரிகள், வீரர்களைப்பற்றி என்ன சொல்ல? அவர்களும் நிரந்தர மயக்கத்தில்தான் சுற்றிக்கொண்டிருந்தார்கள்.

இதனால், மிக விரைவில் பகதூர் ஷா ஒரு பெரிய ராணுவத்துடன் திரும்பி வந்தார். மொகலாயப் படைகளை ஓட ஓட விரட்ட ஆரம்பித்தார்.

கண் மூடித் திறப்பதற்குள், தான் ஜெயித்த குஜராத்தை இழந்துவிட்டார் ஹுமாயூன். அதற்காக வருத்தப்படவோ, மீண்டும் அதனைப் பெறுவது எப்படி என்று யோசிக்கவோகூட நேரமில்லாமல் ஷேர் கானின் அறைகூவல் அவரை அழைத்தது. கையில் இருந்ததை அப்படியே போட்டுவிட்டு ஓடினார்.

முக்கியமான விஷயம், இப்போதும், பகதூர் ஷாவோ ஷேர் கானோ ஹுமாயூனைவிடப் பெரிய பலசாலிகளாக இல்லை, அவர்களிடம் இருந்த ராணுவத்துடன் ஒப்பிடும்போது மொகலாயப் படைதான் பெரியது.

ஆனால், அவர்களுக்குப் பெரும் ராஜ்ஜியத்தைக் கட்டிக்காக்கிற சிரமம் இல்லை. நாலு பக்கமும் சுற்றிச் சுற்றிப் பாதுகாப்பு நடவடிக்கைகளைத் திட்டமிடவேண்டிய அவசியம் இல்லை, தங்களது ஒற்றை தேசத்தைத் திரும்பப் பெறுவதுமட்டுமே லட்சியமாகப் போராடினார்கள். ஜெயித்தார்கள்.

இப்போதும், ஹுமாயூன் கொஞ்சம் சுதாரித்திருந்தால் சட்டென்று செயல்பட்டு ஷேர் கானை நசுக்கியிருக்கலாம். ஆனால் அவர் மிக நிதானமாகக் காய்களை நகர்த்த, ஷேர் கானின் படை பலமும் தன்னம்பிக்கையும் படிப்படியாக அதிகரித்துக்கொண்டே சென்றது.

அப்போதுதான் ஷேர் கானுக்கு அந்த யோசனை வந்திருக்கவேண்டும், 'கொஞ்சம் மெனக்கெட்டா நம்ம தேசம்மட்டுமில்லை, இந்தச் சோப்ளாங்கி ராஜாவோட ராஜ்ஜியத்தையும் நாமே வளைச்சுடலாம்போலிருக்கே!'

ஷேர் கான் மிகவும் கவனமாகத் தனது வியூகத்தை அமைத்தார். மொகலாய ராணுவம் தயங்கித் தயங்கி ஒவ்வொரு நகரமாக, ஒவ்வொரு கோட்டையாக நகர்ந்து வர, மெதுவாக அவரைச் சுற்றி வளைத்தது ஷேர் கானின் படை. ஹுமாயூன் இயற்கைக் காட்சிகளை ரசித்தபடி, மது அருந்தியபடி வெற்றியைப்பற்றிக் கனவு காணும் நேரத்தில், அவர்களுக்கும் ஆக்ராவுக்கும் இருந்த தொடர்பை ஷேர் கான் துண்டித்துவிட்டார்.

இதன் அர்த்தம், இப்போது ஹுமாயூன்வசம் இருக்கும் படைமட்டும்தான் அவருடைய சொத்து, இதை வைத்துதான் அவர் ஷேர் கானுடன் போரிடவேண்டும். ஆக்ராவிலிருந்து கூடுதல் வீரர்களையோ, ஆயுதங்களையோ, பணத்தையோ, உணவுப் பொருள்களையோ வரவழைக்கமுடியாது.

ஆக, இதற்குமேல் ஹுமாயூன் பேரரசர், ஷேர் கான் சிற்றரசர் என்கிற வித்தியாசமே கிடையாது, இருவரும் (கிட்டத்தட்ட) சமம். ஒத்தைக்கு ஒத்தை சண்டைதான்.

இது புரிந்தபிறகு, ஷேர் கான் பதுங்கிப் பதுங்கித் தாக்குவதை நிறுத்தினார். மொகலாயப் படையினருடன் நேரடியாக மோதத் தொடங்கினார்.

ஹுமாயூன் வெலவெலத்துப்போனார், 'இந்த நாட்டை நீயே வெச்சுக்கோய்யா, நான் ஆக்ராவுக்குத் திரும்பிப் போறேன்' என்கிற கணக்கில் யு டர்ன் எடுக்க முயன்றார்.

அது எப்படி நடக்கும்? ஷேர் கான்தான் மொகலாயர்களை மொத்தமாகச் சுற்றி வளைத்துவிட்டாரே. மோதாமல் திரும்பிச் செல்வது சாத்தியமில்லை.

ஷேர் கானும் ஹுமாயூனைச் சும்மா விடவில்லை. ஓட ஓட விரட்டிச் சென்று தாக்கினார். இப்படிப் பின்னாலேயே விரட்டிப் போய் மொகலாய சாம்ராஜ்யத்தை மொத்தமாகப் பிடித்துவிடுவதுதான் அவருடைய திட்டம்.

இங்கே ஒரு சின்ன ப்ரேக் எடுத்துக்கொண்டு இதை யோசியுங்கள், முன்பு ஹுமாயூன் பெற்ற வெற்றிக்குப்பின் என்ன நடந்தது? இப்போது ஷேர் கான் பெறவிருக்கும் வெற்றி எப்படி இருக்கிறது?

பீகார், குஜராத்தை ஜெயித்ததோடு ஹுமாயூன் திருப்தி அடைந்துவிட்டார். ஆனால் ஷேர் கான் தன்னுடைய நாட்டைத் திரும்பப் பெற்றதுடன் திருப்தி அடையவில்லை. தொடர்ந்து துரத்தி வந்து தாக்கினார். ஒருகட்டத்தில் ஹுமாயூனைக் கிட்டத்தட்ட கொன்றுவிட்டார்.

இந்தச் சம்பவத்தை வெவ்வேறு சரித்திர ஆசிரியர்கள் வெவ்வேறுவிதமாகக் குறிப்பிடுகிறார்கள். அதில் குகன், குசேலன் ரேஞ்சுக்கு ஒரு நெகிழ்ச்சியான காட்சியும் உண்டு.

கங்கை ஆற்றின் குறுக்கே ஒரு பாலம். ஹுமாயூனும் மற்ற மொகலாயப் படை வீரர்களும் இந்தப் பாலத்தைக் கடந்துதான் செல்லவேண்டும்.

இதைப் புரிந்துகொண்ட ஷேர் கானின் ஆள்கள், பாலத்தை உடைத்துப்போட்டுவிட்டார்கள். ஆகவே, வேறு வழியில்லாமல் ஹுமாயூன் படை ஆற்றில் குதித்து நீந்த முயன்றது என்று சிலர் சொல்கிறார்கள்.

அதெல்லாம் இல்லை, ஷேர் கான் அந்தப் பாலத்தைப் பயன்படுத்திவிடக்கூடாது என்பதற்காக ஹுமாயூனே அதை உடைத்துவிட்டு ஆற்றில் குதித்தார் என்கிறது அடுத்த கோஷ்டி. பாலம் உடையவே இல்லை, தாக்குதலின்போது ஹுமாயூன் தண்ணீரில் தவறி விழுந்துவிட்டார் என்றும் சொல்லப்படுகிறது.

எது எப்படியோ, ஹுமாயூன் கங்கை ஆற்றில் விழுந்துவிட்டார். நீரோட்டத்தில் அடித்துச் செல்லப்படுகிறார். தத்தளிக்கிறார்.

நிஜாம் என்ற தொழிலாளி இதைக் கவனித்தார். தன்னிடம் இருந்த தோல் பை ஒன்றை ஊதிப் பெரிதாக்கிக்கொண்டு தண்ணீரில் குதித்தார். அதன் உதவியுடன் ஹுமாயூனைக் காப்பாற்றிக் கரையேற்றினார்.

நெகிழ்ந்துபோன ஹுமாயூன் நிஜாமுக்கு ஒரு வரம்(?) கொடுத்தாராம். 'நான் மீண்டும் ஆக்ரா திரும்பியவுடன், என்னுடைய ஆசனத்தில் நீ ஒரு நாள் உட்காரலாம்!'

அதன்படி, பின்னர் மொகலாய சிம்மாசனத்தில் அந்த நிஜாம் ஒரு நாளோ அரை நாளோ அமர்ந்து 'ஆட்சி' செய்ததாகச் சொல்கிறார்கள். ஹுமாயூன் இவரை அங்கே உட்காரவைத்துவிட்டு ஷேர் கானை எதிர்க்கப் போய்விட்டாரோ என்னவோ!

ஹுமாயூன் இன்னொருமுறை முயன்றும், ஷேர் கானைத் தோற்கடிக்கமுடியவில்லை. தன்னுடைய ராஜ்ஜியத்திலிருந்தே அவர் துரத்தி அடிக்கப்பட்டார்.

அப்போது ஷேர் கான் நினைத்திருந்தால் ஹுமாயூனைத் தேடிக் கொன்றிருக்கலாம். ஏனோ, அவர் அப்படிச் செய்யவில்லை. ஆக்ராவைக் கைப்பற்றினார், தன்னை இந்தியாவின் புதிய அரசராக அறிவித்துக்கொண்டார்.

ஹுமாயூன் இப்போது லாகூருக்குச் சென்றிருந்தார். அந்தப் பகுதியை ஆளும் தம்பி கம்ரான் மிர்ஸாவிடம் உதவி கேட்டு ஆக்ராவை மீட்கலாம் என்பது அவருடைய திட்டம்.

ஆனால், கம்ரான் அவருக்கு உதவ முன்வரவில்லை. ஷேர் கானைப் பகைத்துக்கொண்டு அண்ணனுக்குக் கை கொடுப்பதைவிட, ஜெயிப்பவனுடன் கை குலுக்கி வாழலாம் என்று முடிவெடுத்துவிட்டார் அவர்.

ஹுமாயூன் திகைத்துப்போனார். அடுத்து எங்கே செல்வது, யாரைக் கேட்பது என்று எதுவுமே புரியவில்லை. ஒருகாலத்தில் சக்கரவர்த்தியாக வாழ்ந்தவர் என்பதால், என்னதான் உறவினர்கள், நண்பர்களாக இருந்தாலும், அடுத்தவர்கள் நிழலில் அண்டிப் பிழைப்பதற்கும் கூச்சம். அதேசமயம் இதுபோன்ற உதவிகள் இல்லாமல் இழந்ததைப் பிடிக்கமுடியாது என்கிற நிலைமை.

இந்த நேரத்தில்தான், அவர் ஹமீதாவைச் சந்தித்தார்!

3. கனவில் வந்த மகன்

நாடிழந்த ஓர் அரசன், எந்தப் பக்கம் திரும்பினாலும் பிரச்னைதான்.

அவனுடைய தலையைப் பார்த்தாலே, மற்ற அரசர்களுக்குச் சங்கடமாக இருக்கும், 'நம்மிடம் ஏதாவது உதவி கேட்டுவிடுவானோ?' என்கிற சந்தேகம்தான்!

உதவி செய்வது நல்ல பழக்கம்தான். ஆனால், இவனுக்கு நாம் உதவப்போய், இவனுடைய நாட்டைப் பிடுங்கிக்கொண்டு விரட்டி அடித்த அரசனுக்கு நம்மீது கோபம் வந்துவிட்டால் என்ன செய்ய?

தவிர, நாடு இல்லாமல் அலைகிற ஒருவன் 'ஏதோ, கிடைத்தது போதும்' என்றுதான் நினைப்பான். நாளைக்கே நம்மை இவன் நைஸாக அடித்து விரட்டிவிட்டு இங்கே அரியணையில் உட்கார்ந்துவிட்டால்?

இப்படிப் பல காரணங்களால், நாடோடி மன்னர்களுக்கு எங்கேயும் நல்ல வரவேற்பு இருக்காது. 'உள்ளே வா, நாலு வேளை நன்றாகச் சாப்பிடு, வேண்டுமானால் ஏழெட்டுக் குதிரைகள், யானைகள், செலவுக்குக் கொஞ்சம் தங்கக் காசுகளைக்கூட

எடுத்துக்கொள், அப்படியே திரும்பிச் சென்றுவிடு! இழந்த நாட்டைத் திரும்பப் பெறுவதற்கு ராணுவ உதவி வேண்டும் என்றெல்லாம் பேச்சை எடுக்காதே!'

அன்றைக்கு ஹுமாயூனையும் பலர் இப்படித்தான் விரட்டி அடித்தார்கள். நண்பர்கள், உறவினர்கள், ஏன், சொந்தத் தம்பிகள்கூட அவருக்கு உதவ முன்வரவில்லை.

அப்போது ஹுமாயூன் சிந்துப் பிரதேசத்தில் தஞ்சம் புகுந்திருந்தார். அந்தப் பகுதியை ஆண்டுவந்த அரசரின் பெயர் ஷா ஹுஸைன் மிர்ஸா.

இந்த ஷா ஹுஸைனுக்கு ஹுமாயூனை உட்காரவைத்துச் சாப்பாடு போடக்கூடப் பிடிக்கவில்லை. 'சீக்கிரம் இங்கிருந்து கிளம்பிச் சென்றுவிடு' என்று மறைமுகமாகச் சொல்லிவிட்டார்.

அவருடைய மனவோட்டத்தைப் புரிந்துகொண்ட ஹுமாயூன், 'நான் உன் நாட்டைப் பிடித்துக்கொள்ளப்போவதில்லை' என்றார், 'கவலைப்படாதே, எனக்குப் போதுமான படை பலம் கிடைத்தவுடன் இங்கிருந்து கிளம்பிவிடுவேன்.'

ஹுமாயூன் சொன்னதை ஷா ஹுஸைன் நம்பவில்லை. ஏதேதோ ஜாலமாகப் பேசி நேரத்தை ஓட்டினாரேதவிர, எந்தவிதத்திலும் அவர் ஹுமாயூனின் படையைப் பெருக்க உதவி செய்யவில்லை.

பல மாதங்கள் ஓடிவிட்டன. 'இதற்குமேலும் நாம் இங்கே இருக்கவேண்டுமா?' என்று ஹுமாயூன் எரிச்சலோடு நினைத்துக்கொண்டிருந்த நேரம். அவருடைய தம்பி வீட்டிலிருந்து ஓர் அழைப்பு வந்தது.

முன்பு ஹுமாயூன் மஹாராஜாவாக இருந்தபோதும் சரி, இப்போது நாட்டை இழந்து திண்டாடியபோதும் சரி, அரசியல்ரீதியில் அவருடைய தம்பிகள் அவருக்கு எந்தப் பெரிய உதவியும் செய்யவில்லை. காலை வாரிவிட்டுக் கவிழ்க்காமல் இருந்ததே பெரிய விஷயம்.

அதேசமயம், ஒரு குடும்பம் என்ற அளவில் ஹுமாயூனும் அவரது சகோதரர்கள், அவர்களது தாய்மார்கள் (பாபருக்குப் பல மனைவிகள் என்பதைக் கருத்தில் கொள்க) எல்லாரும் நல்லுறவுடன்தான் வாழ்ந்தார்கள். நாடோடியாகச் சுற்றித் திரிந்த ஹுமாயூனுக்கு, இதுமாதிரி திருவிழாக்கள், பண்டிகைகள், உறவினர்களுடன் சந்திப்பு எல்லாம் ஒருவகை ஆறுதல்.

இந்தக் குறிப்பிட்ட விழாவுக்கு ஏற்பாடு செய்திருந்தவர், தில்தார் பேகம், பாபரின் மனைவி, ஹுமாயூனின் தம்பி ஹிண்டால் மிர்ஸாவின் தாய்.

கலகலப்பான அந்த விழாவில், பதினான்கு வயதுப் பெண் ஒருத்தி ஹுமாயூனின் கவனத்தை வெகுவாக ஈர்த்தாள், பளபளக்கும் கண்கள், துறுதுறுப்பான முகம், அழகான புன்னகை... 'யார் அவள்?' என்று விசாரித்தார்.

'பெயர் ஹமீதா, ஷேக் அலி அக்பர் ஜாமியின் மகள்.'

ஷேக் அலி அக்பர் ஒரு பெரிய அறிஞர். ஹிண்டால் மிர்ஸாவின் ஆசிரியர்களில் ஒருவர்.

ஹுமாயூனின் பார்வை ஹமீதாவைவிட்டு இன்னும் விலகவில்லை. 'அந்தப் பெண்ணுக்குத் திருமணம் ஆகிவிட்டதா?'

'நிச்சயதார்த்தம் நடக்கப்போகிறது.'

'சரியாகச் சொல்லுங்கள், நடக்கப்போகிறதா? அல்லது, நடந்துவிட்டதா?'

'இன்னும் நடக்கவில்லை.'

ஹுமாயூன் திருப்தியாகப் புன்னகைத்தார். 'அப்படியானால், அவளை நான் திருமணம் செய்துகொள்கிறேன்' என்றார்.

அவர் பேரரசராக இருந்தபோது இப்படிச் சொல்லியிருந்தால், அதற்கு மரியாதையே தனி. தங்கத் தட்டில் வைத்து ஹமீதாவை அவர் கையில் சமர்ப்பித்திருப்பார்கள்.

இத்தனைக்கும் அப்போது ஹுமாயூனுக்கு வயது முப்பத்திரண்டைத் தாண்டிவிட்டது, ஹமீதாவுக்குப் பதினான்குதான். ஏகப்பட்ட வயது வித்தியாசம்.

அதுமட்டுமில்லை, ஹுமாயூன் ஏற்கெனவே திருமணமானவர், அவருக்கு பேகா பேகம் என்ற மனைவி உண்டு. மொகலாய மன்னர்கள் பல திருமணங்கள் செய்துகொள்ளலாம் என்றாலும், பேரழகியான ஹமீதா அப்படி இரண்டாம்பட்சமாக வாழ்க்கைப்படச் சம்மதிப்பாளா?

முக்கியமாக, இப்போது அவர் மஹாராஜா இல்லை. நாட்டை இழந்து, அடுத்தவர்களின் உதவியை எதிர்பார்த்தபடி நாடோடியாகத் திரிகிற ஒருவரை நம்பி யார் பெண் தருவார்கள்?

வேறு யாரையும்விட, ஹிண்டாலுக்குதான் ஹுமாயூனின் பேச்சு மிகவும் எரிச்சலூட்டியது. 'நீங்க விருந்துக்கு வந்தீங்களா, இங்கே இருக்கிற பெண்களைக் கல்யாணம் செஞ்சுக்க வந்தீங்களா?' என்று நேரடியாகவே கேட்டுவிட்டார்.

இதற்குக் காரணம், ஹிண்டாலுக்கும் ஹமீதாவுக்கும் திருமணம் நடப்பதாகப் பேச்சு இருந்தது. அந்த நேரத்தில் ஹுமாயூன் உள்ளே புகுந்து குட்டையைக் குழப்பிவிட்டார்.

யார் என்ன சொன்னாலும், ஹுமாயூன் தன்னுடைய விருப்பத்தை மாற்றிக்கொள்ளவில்லை. 'நான் அந்தப் பெண்ணைக் கல்யாணம் செஞ்சுக்கணும், அதற்கான வழிகளைப் பாருங்க' என்று உறுதியாகச் சொல்லிவிட்டார்.

ஹிண்டால் மிர்ஸாவுக்கு இது கொஞ்சம்கூடப் பிடிக்கவில்லை. ஆனால் அவருடைய தாயார் தில்தார் பேகம் ஹுமாயூனும் ஹமீதாவும் நல்ல ஜோடியாக இருப்பார்கள் என்று நினைத்தார். எப்படியோ தன் மகனைச் சமாதானப்படுத்தி இதற்குச் சம்மதிக்கச் செய்துவிட்டார்.

ஆனால், ஹுமாயூனும் ஹிண்டாலும் தில்தார் பேகமும் சம்மதித்து என்ன புண்ணியம்? கல்யாணப் பெண் ஹமீதா இதற்கு ஒப்புக்கொள்ளவேண்டுமே!

ஹமீதாவிடம் இதைப்பற்றிப் பேச்சு எடுத்தபோது, உடனடியாக பதில் வந்தது, 'முடியவே முடியாது!'

'ஏன்? வயசு காரணமா? அவர் இப்போ ராஜாவா இல்லைன்னு தயங்கறியா?'

'அதெல்லாம் சொல்லத்தெரியலை. எனக்கு அவரைக் கல்யாணம் செஞ்சுக்கப் பிடிக்கலை. அவ்ளோதான்' உறுதியான குரலில் மறுத்தாள் ஹமீதா.

ஹுமாயூன் விடவில்லை. ஹமீதாவுக்கு நாள் தவறாமல் விதவிதமாகத் தூது விட்டார். அவளை எப்படியாவது சந்தித்துப் பேசிவிடவேண்டும் என்று துடித்தார்.

ஆனால் ஹமீதா கொஞ்சம்கூட இறங்கிவரவில்லை. அவர் என்னதான் கவித்துவமாக ஜொள்ளு விட்டாலும், இவள் குறும்பாக ஏதாவது பதில் சொல்லி அந்தத் தூதரைத் திருப்பி அனுப்பிவிடுவாள். தினந்தோறும் இதே கதைதான்.

இப்படி ஒருமுறை, இருமுறை அல்ல, முழுசாக நாற்பது நாள் ஹுமாயூனைத் தொடர்ந்து அலையவிட்டாள் ஹமீதா, அவரைச் சந்திக்கவே இல்லை.

தில்தார் பேகத்துக்கு ஏமாற்றம், 'இந்த விஷயத்தில் நேரடி அணுகுமுறை பயன்படவில்லை' என்று யோசித்தார், 'நாமே அவளிடம் பேசிப் பார்க்கவேண்டியதுதான்!'

'ஹமீதா, நீ ஏன் ஹுமாயூனைத் திருமணம் செஞ்சுக்கக்கூடாது? என்ன பிரச்னை உனக்கு?'

'அவர் பெரிய ராஜா!'

'எப்படியும் நீ யாரையோ கல்யாணம் செஞ்சுக்கதான் போறே, அதுக்கு இவரையே கட்டிக்கிட்டா என்ன? அவர் ராஜாவா இருந்தா என்ன குறைஞ்சுடும்?'

ஹமீதா தெளிவாகப் பதில் சொன்னாள், 'நான் கட்டிக்கப்போறவர்

எனக்குச் சமமா, என் தோள்ல கைபோட்டுப் பேசறமாதிரி இருக்கணும், எங்கேயோ உயரத்துல இருக்கறவரோட என்னால சந்தோஷமா குடும்பம் நடத்தமுடியாது.'

தில்தார் பேகம் தொடர்ந்து பேசினார். ஹுமாயூனின் நல்ல குணங்களை, அவர் ஹமீதாமீது வைத்திருக்கும் அன்பை எடுத்துச் சொல்லி அவள் மனத்தைக் கரைத்தார்.

நீண்ட யோசனைக்குப்பிறகு, ஹமீதா ஹுமாயூனை மணக்கச் சம்மதித்துவிட்டாள். திருமணத்துக்கு நாள் குறிக்கப்பட்டது.

1541 செப்டம்பர் மாதம், அவர்களுடைய திருமணம் சிறப்பாக நடைபெற்றது. அதன்பிறகு, அவர் 'ஹமீதா பானு பேகம்' என்று அழைக்கப்பட்டாள்.

பெயரளவில் ராணி ஆனாலும், ஹமீதாவுக்கு அரண்மனை வாசம் செய்யக் கொடுத்துவைக்கவில்லை. சிரம ஜீவனம்தான். வருங்காலத்தில் ஏதேனும் நல்லது நடக்கக்கூடும் என்கிற நம்பிக்கைமட்டுமே.

ஆரம்பத்தில் ஹுமாயூனைத் திருமணம் செய்துகொள்ளப் பிடிவாதமாக மறுத்த ஹமீதா, அவருடைய மனைவியானபின் எந்தவிதத்திலும் ஹுமாயூனை விட்டுக்கொடுக்கவில்லை. அவருடன் காடு, மலை, பாலைவனம் என்று அலைந்து திரிகிற கடுமையான வாழ்க்கைக்கு அவர் தயாராகவே இருந்தார்.

ஆனால் எல்லாரும் அப்படி இருப்பார்களா? இத்தனை நாளாக ஹுமாயூனுக்கு விசுவாசிகளாக இருந்துவந்த வீரர்கள், உதவியாளர்கள், பணியாளர்கள் பலர் இப்போது அவரை விட்டு விலகத் தொடங்கினார்கள். மிச்சமிருந்தவர்களும் அவரை மதிக்கவில்லை, 'இனிமே இந்த ஆளை நம்பிப் பிரயோஜனம் இல்லை' என்று நினைத்துவிட்டார்களோ என்னவோ!

நாளுக்கு நாள் ஹுமாயூனின் சொற்பப் 'படை' மெல்லக் குறைந்துகொண்டே வந்தது. இழந்த ஆட்சியை மீட்கமுடியும் என்கிற நம்பிக்கையும்.

இப்போது அவரிடம் சாப்பாட்டுக்குக்கூடக் காசு இல்லை. காட்டில் கிடைப்பதைத் தின்று பசியாறவேண்டிய நிலைமை. இல்லாவிட்டால், வழிப்பறிக் கொள்ளைதான்.

கொடுமையான விஷயம், இந்த நிலைமையிலும், அவருக்குச் சில எதிரிகள் இருந்தார்கள். ஹுமாயூன் தங்கள் நாட்டுக்குள் வந்துவிடக்கூடாது என்று சிலர் நினைத்தார்கள், மற்றவர்கள் அவரைப் பிடித்துக் கொடுத்து ஷேர் கானிடம் சன்மானம் வாங்கலாமே என்று கணக்குப் போட்டார்கள். அவருக்குச் சாப்பாடு, தண்ணீர் கிடைக்காமல் தடை செய்து கொன்றுவிடலாம் என்று திட்டமிட்டவர்களும் உண்டு.

எப்படியோ, இத்தனையையும் சமாளித்து உயிரைக் கையில் பிடித்துவைத்துக்கொண்டிருந்தார் ஹுமாயூன். ஜோதிடத்தில் மிகுந்த ஆர்வம் கொண்ட அவருக்கு, வளமான எதிர்காலம் மிக விரைவில் வரப்போகிறது என்பதில் அசைக்கமுடியாத நம்பிக்கை இருந்தது.

இந்தச் சூழ்நிலையில், ஹமீதா கருவுற்றாள். வேறு எதற்காக இல்லாவிட்டாலும், தன்னுடைய கர்ப்பிணி மனைவியைப் பத்திரமாகப் பார்த்துக்கொள்வதற்காகவேனும், யாருடைய அரண்மனையிலேனும் தஞ்சம் புகவேண்டிய கட்டாயத்துக்குத் தள்ளப்பட்டார் ஹுமாயூன்.

அப்போது உமர்கோட் என்ற சிறு நகரத்தை (இப்போது பாகிஸ்தானில் இருக்கிறது) ஆட்சி செய்துகொண்டிருந்த அரசர் ராணா பிரசாத். ராஜபுத்திர வம்சத்தைச் சேர்ந்த அவர் ஹுமாயூனுக்கு உதவி செய்ய முன்வந்தார்.

இதையடுத்து, ஹுமாயூன், ஹமீதா குழுவினர் உமர்கோட்டை நோக்கிப் புறப்பட்டார்கள். வழியில் அவர்கள் ஒரு பெரிய பாலைவனத்தைக் கடந்து செல்லவேண்டியிருந்தது.

அத்தனை வெயிலில், போதுமான உணவு, தண்ணீர், பாதுகாப்பு ஏற்பாடுகள், போக்குவரத்து வசதிகள் என எதுவுமே இல்லாமல் ஒரு கர்ப்பிணிப் பெண்ணை அழைத்துச் செல்வது ஆபத்துதான்.

ஆனால் ஹுமாயூனுக்கு வேறு வழி இல்லை. ஹமீதாவும் இதற்குச் சம்மதித்துவிட்டாள்.

அடுத்த சில நாள்கள், ஏகப்பட்ட சிரமங்களைத் தாண்டி அவர்கள் ஒருவழியாக உமர்கோட் வந்து சேர்ந்தார்கள் (1542 ஆகஸ்ட்). ராணா பிரசாத் புண்ணியத்தில் கொஞ்சம் நிம்மதியாக ஓய்வெடுத்தார்கள்.

அந்த ஊர்க் கோட்டையில் ஹமீதாவின் பிரசவத்துக்கான ஏற்பாடுகள் நடந்துகொண்டிருந்தன. ஹுமாயூனும் மற்ற வீரர்களும் நகருக்கு வெளியே முகாமிட்டிருந்தார்கள்.

ஹமீதாவுக்குப் பிறக்கப்போவது மகன்தான் என்று ஹுமாயூன் உறுதியாக நம்பினார். காரணம், பல நாள்களுக்குமுன்னால் அவர் கண்ட ஒரு கனவு.

அன்றைக்கு ஹுமாயூனுக்கு ஏனோ மனம் சரியில்லை. சோர்வாகச் சுருண்டு படுத்திருந்தார். அரைகுறைத் தூக்கத்தில் அவருக்கு ஒரு கனவு வந்தது.

அந்தக் கனவில் ஒரு பெரியவர் பச்சை உடை அணிந்து தோன்றினார். அவர் கையில் நீண்ட தடி ஒன்று காணப்பட்டது. ஹுமாயூனைப் பார்த்து, 'கவலைப்படாதே, சந்தோஷமாக இருக்கவேண்டிய நேரம் இது' என்றார்.

'இறைவன் உனக்கு ஒரு சிறந்த மகனைக் கொடுப்பான்' என்றார் அந்தப் பெரியவர், 'அவனுக்கு நீ ஜலாலுதீன் மொஹம்மத் அக்பர் என்று பெயர் சூட்டு!'

'ஐயா, உங்க பேர்?'

'அஹ்மத் ஜாமி' என்றார் அவர். 'உனக்குப் பிறக்கப்போகும் அந்த நல்ல மகன், என்னுடைய வம்சத்தைச் சேர்ந்தவனாகவும் இருப்பான்.'

அந்த அஹ்மத் ஜாமியின் குடும்பத்தைச் சேர்ந்தவள்தான் ஹமீதா. ஆக, அவளுக்கும் தனக்கும் ஒரு மகன் பிறக்கப்போவது

உறுதி என்று ஹுமாயூன் நம்பினார். இப்போது தான் படும் சிரமங்களுக்கெல்லாம் அவன் பிறந்தபின்னாவது தீர்வு கிடைக்குமா என்கிற ஏக்கமும் உள்ளுக்குள் இருந்தது.

அவர் நினைத்தபடி, ஹமீதாவுக்கு ஓர் ஆண் குழந்தை பிறந்தது. இந்தச் செய்தியை ஹுமாயூனிடம் சொல்வதற்காகத் தூதர்கள் பறந்தார்கள்.

செய்தியைக் கேட்ட ஹுமாயூன் உற்சாகத்தில் மிதந்தார். 'இந்த நல்ல விஷயத்தைச் சொன்ன உங்களுக்கு ஏதாவது பரிசு தரணுமே' என்று பரபரத்தார்.

பொதுவாக இதுபோன்ற சுப செய்திகளைக் கொண்டுவரும் தூதுவர்களுக்கும், அப்போது பக்கத்தில் இருக்கும் மற்றவர்களுக்கும் அரசர் தங்கமும் வெள்ளியுமாக வாரி வழங்குவதுதான் முறை. ஆனால் ஹுமாயூனிடம் அவ்வளவு வசதி இல்லையே!

அப்போதைக்கு அவரிடம் இருந்தது ஒரு மூட்டை முலாம்பழம்தான். அதைக் கொண்டுவரச்சொன்னார் ஹுமாயூன். ஒரு தட்டில் கொட்டினார். கொஞ்சம் கொஞ்சமாக எல்லாருக்கும் பகிர்ந்து கொடுத்தார். 'இந்தப் பழத்தோட வாசனை இந்த இடத்தை நிரப்பறமாதிரி, என் மகனோட பெருமை இந்த உலகம்முழுக்கப் பரவும்!' என்றார் நெகிழ்ச்சியுடன்.

கனவில் சொன்னபடி, தன்னுடைய மகனுக்கு 'ஜலாலுதீன் மொஹம்மத் அக்பர்' என்று பெயர் சூட்டினார் ஹுமாயூன். பின்னாள்களில் இந்தியாவின் மிகச் சிறந்த அரசர்களில் ஒருவராகத் திகழ்ந்த அவர், இன்றுவரை 'அக்பர்' என்றே சுருக்கமாக அழைக்கப்படுகிறார்.

4. ஓர் ஒப்பந்தம்

'இன்னும் எத்தனை நாள் இங்கேயே முடங்கிக் கிடப்பது?' அப்போது ஹுமாயூன் மனத்தில் ஓடிக்கொண்டிருந்த ஒரே எண்ணம் இதுதான். ஷேர் கானுக்குப் பயந்து சொந்த தேசத்தை விட்டு வேறு எங்கோ ஓடி வந்துவிட்டோம், அதை மீட்கவேண்டும் என்றால் சீக்கிரமாகப் படை திரட்டிக்கொண்டு திரும்பிச் செல்லவேண்டும், அதை விடுத்து யார் வீட்டிலோ ஒண்டிக் கிடப்பது சரியல்லவே.

ஹுமாயூன் இப்படி நினைத்துக்கொண்டிருந்த நேரம், அவருக்கு அடைக்கலம் கொடுத்திருந்தவர்களும் லேசாக முணுமுணுக்க ஆரம்பித்திருந்தார்கள், 'ஏதோ பழைய ராஜான்னு உங்களுக்கு மரியாதை கொடுத்தாச்சு, அப்புறம், ஐயா எப்போ கிளம்பப்போறீங்க?'

அப்போது ஷேர் கானை வெல்லுமளவு பெரிய படை ஹுமாயூனிடம் இல்லை. ஆனாலும், கிடைத்ததைச் சேகரித்துக்கொண்டு கிளம்பிவிட்டார். மனைவி ஹமீதா, மகன் அக்பர் எல்லாரும் அவருடன் பயணம் செய்தார்கள்.

ஹுமாயூனின் புதிய இலக்கு, காந்தஹார். இப்போது ஆஃப்கானிஸ்தானில் இருக்கும் நகரம். அந்தவழியாக மீண்டும் இந்தியாவுக்குள் நுழையலாம் என்று அவர் திட்டமிட்டிருந்தார்.

அவருடைய இந்தத் திட்டத்துக்கு, அவரே எதிர்பார்த்திராத அளவுக்கு நல்ல ஆதரவு கிடைத்தது. பாபரின் வாரிசு என்ற முறையில் அவர்தான் காந்தஹாரை ஆளவேண்டும் என்று விரும்பிய பொதுமக்கள் பலர், தாங்களாக முன்வந்து அவருடன் இணைந்துகொண்டார்கள். பல ஆண்டுகளுக்குப்பிறகு, கணிசமான ராணுவம் அவருக்குப் பின்னே நின்றது.

இதைப் பார்த்ததும் ஹுமாயூனின் தம்பிகளுக்கு பலத்த அதிர்ச்சி. அண்ணன் தங்களைத்தான் தாக்க வருகிறானோ என்று தவறாக நினைத்துவிட்டார்கள்.

ஒருவேளை, ஹுமாயூன் அவர்களைத் தாக்காவிட்டாலும்கூட, நிச்சயமாக ஷேர் கானை எதிர்ப்பதற்காக உதவி கேட்பார், அதை இவர்கள் ஏற்றுக்கொண்டால், உடனடியாக ஷேர் கானின் எதிரிகளாகிவிடுவார்கள், மறுத்தாலோ அண்ணனின் கோபத்துக்கு ஆளாகவேண்டியிருக்கும்.

இப்படிப் பல காரணங்களால், ஹுமாயூன் மீண்டும் கதைக்குள் நுழைவதை அவர்கள் விரும்பவில்லை. அண்ணனை மறுபடி பின்னோக்கித் துரத்திவிடலாம் என்று தீர்மானித்துவிட்டார்கள்.

ஹுமாயூன் காந்தஹாரை நோக்கி வேகமாக முன்னேறிக்கொண்டிருந்த நேரம், அந்தச் செய்தி வந்தது, 'உங்கள் தம்பி அஸ்காரி மிர்ஸா இங்கே வந்துகொண்டிருக்கிறார்.'

'தனியாகவா?'

'இல்லை, படையுடன்!'

இத்தனை வருடம் துரத்தப்பட்டுவந்ததில் ஹுமாயூனுக்குச் சட்டென்று விஷயம் புரிந்துவிட்டது. நாம் வேறு திசையில் தப்பிக்கவேண்டும், உடனே.

'எப்படி? ஊரெல்லாம் நடுங்கவைக்கும் குளிர், மலைப் பிரதேசம் என்றால் இன்னும் அதிகப் பனி இருக்கும், இப்படி ஒரு கடும் பயணத்தைக் குழந்தை அக்பர் தாங்கமாட்டானே!'

ஹுமாயூன் யோசித்தார், 'அஸ்காரிக்குப் பகை என்னோடுதான், சின்னக் குழந்தைமீது கைவைக்கமாட்டான்!'

'அக்பரையும் அவனைப் பார்த்துக்கொள்கிற உதவிப் பெண்களையும் இங்கேயே விட்டுவிடலாம்' என்றார் ஹுமாயூன். 'ஹமீதா, நீயும் நானும் உடனடியாகப் புறப்படவேண்டும்.'

அப்போது அக்பருக்கு ஒரு வயதுதான் நிறைந்திருந்தது. பிஞ்சுக் குழந்தையை யாருடைய பராமரிப்பிலேயோ விட்டுச் செல்வதற்கு ஹமீதாவுக்கு மனமே இல்லை. அதுவும், அஸ்காரி இங்கே வந்தபின் என்ன செய்வானோ என்கிற நிச்சயமற்ற சூழலில்.

ஆனால், அப்போதைய நிலைமையில் அவர்களுக்கு வேறு வழியே இல்லை. இன்னும் யோசித்துக்கொண்டு நின்றால் எல்லா உயிர்களும் பறிபோய்விடும்.

அரைமனத்துடன் ஹுமாயூனும் ஹமீதாவும் கிளம்பினார்கள். நாடுமட்டுமில்லை, இப்போது அவர்களுடைய வாரிசும் கையை விட்டுச் சென்றுவிட்டது. அடுத்த சில ஆண்டுகளுக்கு அவர்களால் தங்கள் மகன் அக்பரைப் பார்க்கமுடியவில்லை.

ஹுமாயூன் புறப்பட்டுச் சென்று சிறிது நேரத்தில் அஸ்காரி அங்கே வந்து சேர்ந்தார். முகாமைச் சுற்றிவளைத்துவிட்டு ஆர்ப்பாட்டமாக உள்ளே நுழைந்தார்.

ஆனால், அங்கே ஹுமாயூன் இல்லை. ஏற்கெனவே யாரோ செய்தியைச் சொல்லி அவரைத் தப்பிக்கவைத்துவிட்டார்கள் என்று தெரிந்தவுடன், அஸ்காரிக்குப் பெரும் ஏமாற்றம். 'அடடா, நான் அண்ணனைச் சந்தித்து உரிய மரியாதைகளுடன் அழைத்துச் செல்வதற்குத்தானே வந்தேன்!' என்றார்.

அதனால் என்ன? குழந்தை அக்பர் இருக்கிறானே, அவனை எடுத்து உச்சி முகந்தார் அஸ்காரி. ஊருக்கு அழைத்துச் சென்று தன் மனைவி சுல்தானும் பேகத்திடம் கொடுத்தார். அவர் அக்பரைத் தன்னுடைய மகனைப்போலவே அன்பாக வளர்க்க ஆரம்பித்தார்.

இந்த விஷயத்தில் அஸ்காரி, அவரது மற்ற உறவினர்களைக் கொடும் வில்லன்களாகச் சித்திரிக்கிற பதிவுகளும் உண்டு. ஹுமாயூன்மீது இருந்த கோபத்தை அவர்கள் அக்பர்மேல் காட்டியதாகவும், அதனாலேயே அக்பருக்கு எழுதப் படிக்கச் சொல்லித்தராமல் வளர்த்துவிட்டதாகவும் சொல்வார்கள்.

போகட்டும். அங்கே ஹுமாயூனுக்கு என்ன ஆனது?

காந்தஹார் விஜயம் அரைகுறையாக முடிந்துவிட்டதில் ஹுமாயூனுக்கு ஏகப்பட்ட எரிச்சல். மகனைப் பிரிந்துவிட்ட விரக்தி வேறு, நாடு பிடிக்கிற பிழைப்பை விட்டுப் பேசாமல் மெக்காவுக்குச் சென்று தியானம், பிரார்த்தனை என்று மூழ்கிவிடலாமா என்கிற ரேஞ்சுக்கு யோசிக்க ஆரம்பித்துவிட்டார்.

ஆனால், புனித நகரமான மெக்கா என்ன பக்கத்திலா இருக்கிறது? அதற்கும் ஒரு நீண்ட பயணம் செல்லவேண்டும். வழியில் எத்தனை ஆபத்துகளோ, யார் கண்டது?

ஹுமாயூன் நினைத்ததுபோலவே, அவரது சகோதரன் கம்ரான் மிர்ஸா அவரை வளைத்துப்பிடிப்பதற்காகப் பல திசைகளில் ஆள் அனுப்பியிருந்தான். அக்கம்பக்கத்து அரசர்கள், கவர்னர்களுக்கெல்லாம் உத்தரவு சென்றது, 'ஹுமாயூன் உங்களிடம் உதவி கேட்டு வருவார். அல்லது, உங்கள் நாட்டைக் கடந்து செல்வார், அப்போது அவரைப் பிடித்துச் சிறையில் அடையுங்கள், எனக்குச் சொல்லியனுப்புங்கள், மற்றதை நான் நேரில் வந்து கவனித்துக்கொள்கிறேன்.'

கம்ரானின் இந்தத் தூண்டிலுக்கு நல்ல பலன் இருந்தது. ஹுமாயூன் எந்தப் பக்கம் திரும்பினாலும் ஏதாவது ஒரு தடை. கிட்டத்தட்ட முழுவதுமாகச் சுற்றிவளைக்கப்பட்டுவிட்டார்.

நல்லவேளையாக, இந்த நிலைமையிலும் அவரையே 'நிஜ' மஹாராஜாவாக மதித்த விசுவாசிகள் சிலர் இருந்தார்கள். அவர்கள் கம்ரானின் கட்டளையை மீறி ஹுமாயூனுக்கு உதவ முன்வந்தார்கள்.

ஆனால், இதெல்லாம் எத்தனை நாள்? இன்று இல்லாவிட்டாலும் நாளை கம்ரானுக்கு விஷயம் தெரிந்துவிடும், படையைத் திரட்டிக்கொண்டு வந்துவிடுவான். அதற்குள் இந்த எல்லையை விட்டு வெளியேறவேண்டும், வேறு யாராவது பெரிய அரசருடைய ஆதரவைப் பெறவேண்டும்.

அப்போது ஹுமாயூனுக்குப் பக்கத்தில் இருந்த தேசம், பெர்ஷியா. அதை ஆண்டுவந்த அரசர் பெயர் ஷா தஹ்மஸ்ப். அவரிடம் உதவி கேட்கலாமா?

ஹுமாயூன் ஒரு கடிதம் எழுதி அனுப்பினார். அதற்குப் பதில் வருவதற்குள், கம்ரானின் படையினர் அவரை விரட்ட ஆரம்பித்தார்கள். வேறு வழியில்லாமல் தைரியமாக பெர்ஷியாவுக்குள் நுழைந்துவிட்டார்.

உள்ளூரில் சொந்தச் சகோதரர்களே ஹுமாயூனைத் துரத்தியடித்த சூழ்நிலையில், பெர்ஷியாவை ஆட்சி செய்தவர்களும் பொதுமக்களும் அவரைப் பேரரசராகக் கொண்டாடினார்கள். வரவேற்று, சகல வசதிகளுடன் வாழவைத்தார்கள்.

ஆட்சியைத் தொலைத்தபிறகு, இதுமாதிரி அவ்வப்போது தட்டுப்பட்டுத் திடீரென்று காணாமல் போய்விடும் சின்னச் சின்னச் சந்தோஷத் தீவுகள்தான் ஹுமாயூனுக்கு ஒரே ஆறுதல். பெர்ஷியர்களின் விருந்தோம்பலைக் கொஞ்சநாள் ஆனந்தமாக அனுபவித்தார்.

அதன்பிறகு, மீண்டும் அதே பழைய கேள்வி. 'இந்தச் சுகவாழ்க்கை நிரந்தரமா? நம் ஊருக்குத் திரும்பமுடியாதா? பெர்ஷிய அரசர் அதற்கு உதவமாட்டாரா?'

ஷா தஹ்மஸ்ப் கொஞ்சம் வித்தியாசமான பேர்வழி. ஒருநாள் சந்தோஷமாகப் பேசுவார், இன்னொருநாள் அதட்டுவார், மிரட்டுவார், எந்த நேரத்தில் என்ன நினைக்கிறார் என்று யாராலும் சொல்லமுடியாது.

ஆகவே, ஹுமாயூனுக்கு இன்னொரு பயமும் இருந்தது. இவர் திடீரென்று கம்ரான் மிர்ஸா பக்கம் சேர்ந்துகொண்டுவிட்டால் என்ன செய்வது?

பொறுத்துப் பொறுத்துப் பார்த்த ஹுமாயூன் நேரடியாகவே கேட்டுவிட்டார், 'நான் காந்தஹார்மீது போர் தொடுக்க விரும்புகிறேன், அதற்குப் படை தருவீர்களா?'

பெர்ஷிய அரசர் அதற்கு ஒப்புக்கொண்டார். 'ஆனால், உங்களுடைய நோக்கம் காந்தஹார் அல்ல, அதன்வழியே இந்தியாவுக்குள் நுழைந்து உங்களுடைய பழைய ராஜ்ஜியத்தை ஜெயிப்பதுதான், இல்லையா?'

'ஆமாம்!'

'அப்படியானால், நான் தரப்போகும் இந்தப் படைக்கு ஈடாக, நீங்கள் ஜெயித்த காந்தஹாரை எனக்கு விட்டுத்தந்துவிடவேண்டும். சம்மதமா?'

ஹுமாயூன் சம்மதித்தார். 'அப்படியே செய்கிறேன்.'

பல ஆண்டுகளுக்குப்பின்னர் முதன்முறையாக ஹுமாயூனுக்குள் புது நம்பிக்கை பிறந்தது. விட்டதையெல்லாம் பிடித்துவிடமுடியும் என்று உறுதியாகத் தோன்றியது. அதோடு கூடவே, மகன் அக்பரை மீண்டும் பார்க்கப்போகும் சந்தோஷமும் சேர்ந்துகொண்டது.

கொஞ்சநாள் முன்பாகக் காந்தஹார் பக்கமே செல்லமுடியாமல் துரத்தியடிக்கப்பட்ட ஹுமாயூன், இப்போது ஒரு பெரும் படையுடன் அந்த நகரத்தை நோக்கிச் சென்றார். முற்றுகையிட்டார்.

அப்போது காந்தஹாருக்குப் பொறுப்பாக இருந்தவர், ஹுமாயூனின் தம்பி அஸ்காரி மிர்ஸா. அவர் தன்னுடைய அண்ணன் இப்படி ஒரு பெரிய ராணுவத்துடன் திரும்பி வருவான் என்று கொஞ்சமும் எதிர்பார்த்திருக்கவில்லை.

ஹுமாயூனும் உடனே தாக்கவில்லை. தம்பிக்குப் போர் அனுபவம் அதிகம் கிடையாது என்று அவருக்கு நன்றாகத் தெரியும். கொஞ்சம் பொறுத்திருந்தால் அவனே இறங்கிவருவான் என்று தீர்மானித்தார்.

அவர் நினைத்தது அப்படியே நடந்தது. தோல்வி பயத்தில் நடுங்கிய அஸ்காரி தன் அண்ணனுக்குத் தூது அனுப்பினார், 'என்னை மன்னித்துவிடுங்கள்!'

'நேரில் வா, மன்னிப்பதைப்பற்றி யோசிக்கலாம்' என்று பதில் வந்தது.

அஸ்காரிக்கு வேறு வழி தெரியவில்லை. ஹுமாயூன் முகாமிட்டிருந்த இடத்தை நோக்கிப் புறப்பட்டார். அவரோடு பல அதிகாரிகள், தளபதிகள், போர் வீரர்களும் சேர்ந்துகொண்டார்கள்.

அன்றைய வழக்கப்படி சரண் அடைகிறவர்கள் கழுத்தில் தங்களுடைய வாளை மாலைபோல் கட்டிக்கொண்டு வரவேண்டும். அதன்படி அஸ்காரியும் நடந்துவந்தார். ஹுமாயூன்முன் நின்றார். உணர்ச்சிமயமான அந்தக் காட்சி ஓர் அழகிய ஓவியமாகத் தீட்டப்பட்டிருக்கிறது.

நீண்ட நாள்களுக்குப்பிறகு, அண்ணனும் தம்பியும் சந்திக்கிறார்கள். ஹுமாயூன் ராஜாபோல் உட்கார்ந்திருக்க, அவருடைய கூடாரம் சிறு தர்பார்போல் மாறியிருக்கிறது. அவரது படைத் தலைவர்கள், மந்திரிகள் மத்தியில் அஸ்காரி வந்து நின்றார். முறைப்படி மன்னிப்பு கோரினார்.

ஹுமாயூன் தன் தந்தைக்குக் கொடுத்த சத்தியத்தை நினைத்துக்கொண்டாரோ என்னவோ, அஸ்காரியை உடனே மன்னித்துவிட்டார். அவர் உட்கார இருக்கை கொடுத்து கௌரவித்தார்.

அடுத்து, மற்ற காந்தஹார் வீரர்கள், தலைவர்கள் சரண் அடைந்தார்கள். சிலருக்கு மன்னிப்பு, சிலருக்குத் தண்டனை, சற்று நேரத்தில் காந்தஹார் ஹுமாயூன் கையில் வந்துவிட்டது.

உடனடியாக, பெர்ஷிய அரசருக்குத் தகவல் அனுப்பினார் ஹுமாயூன், 'உங்கள் உதவிக்கு நன்றி. நம்முடைய ஒப்பந்தப்படி காந்தஹாரை உங்களுக்கு ஒப்படைக்கக் காத்திருக்கிறேன்.'

காந்தஹாரை ஜெயித்தாயிற்று, அடுத்து, காபூல்!

ஆனால், அதற்குமுன்னால், ஹுமாயூனின் குழந்தை அக்பர் எங்கே? அவர் இங்கே காந்தஹாரில் வளர்ந்து கொண்டிருப்பதாகத்தானே சொன்னார்கள்?

உண்மைதான். ஆனால், ஹுமாயூன் காந்தஹார்மீது படை எடுத்து வருவது தெரிந்தவுடனே, கம்ரான் மிர்ஸா அக்பரைக் கடத்தி காபூலுக்குக் கொண்டுசென்றுவிட்டார்.

காரணம், ஒருவேளை காந்தஹாரை ஹுமாயூன் வென்றுவிட்டால், அடுத்து காபூலுக்குதான் வருவார் என்று கம்ரானுக்கு நன்றாகத் தெரியும். அந்தச் சூழ்நிலையில் அக்பரை ஒரு பணயக் கைதியாகப் பயன்படுத்தி அண்ணனைப் பாசத்தால் அடித்துவிடலாம் என்பது அவருடைய திட்டம்.

அதேசமயம் அக்பரின் வருகை அங்கே காபூலில் ஒரு திருவிழாவைப்போல் கொண்டாடப்பட்டது. அரச குடும்பப் பெண்கள் தங்களுடைய பேரனை, மகனை, மருமகனை ஆசையோடு அணைத்து உச்சி முகந்தார்கள். 'பையன் பார்க்கறதுக்கு அவங்க தாத்தா பாபர்மாதிரியே இருக்கான்' என்று கொஞ்சினார்கள். என்னதான் கம்ரான் மிர்ஸாவும் மற்றவர்களும் இப்போது ஆர்ப்பாட்டம் செய்தாலும், 'ஹுமாயூனின் பிள்ளைதான் மொகலாய சாம்ராஜ்யத்துக்கு நிஜமான வாரிசு' என்று அவர்களுக்குத் தோன்றியிருக்கவேண்டும்.

அக்பரை எல்லாரும் கொஞ்சுவதும் பாராட்டுவதும் கம்ரானுக்கு எரிச்சலைத் தந்தது. 'என் மகன் இப்ராகிம் அந்த அக்பரைவிடப் பெரியவன்' என்று கர்வத்துடன் சொல்லிக்கொண்டார்.

வயதுக் கணக்கில் அக்பரைவிட இப்ராகிம் பெரியவன்தான். ஆனால் எப்போதாவது விளையாட்டுச் சண்டை என்று வந்துவிட்டால், பொடிப்பயல் அக்பரின் கைதான் ஓங்கியிருக்கும். இதைப் பார்த்துப் பொருமுவதைத்தவிர கம்ரானால் எதுவும் செய்யமுடியவில்லை.

கந்தஹாரை வென்ற ஹுமாயூன் காபூலை நோக்கி வருகிறார் என்று தெரிந்தவுடன், கம்ரான் மிர்ஸா படை வீரர்கள், ஆயுதங்களைத் தயார் செய்தாரோ இல்லையோ, அக்பரைத் தயார் செய்துவிட்டார். ஹுமாயூன் முன்னால் குழந்தையைக் கொண்டுசென்று நிறுத்தினால், பயந்துபோய் காபூலை விட்டுக்கொடுத்துவிடுவார் என்று நினைத்தாரோ என்னவோ!

ஹுமாயூனும் ஒருவிதத்தில் இதையெல்லாம் எதிர்பார்த்திருந்தார். அதேசமயம் கந்தஹாரில் பெற்ற வெற்றியும், தனக்குத் துணையாக நிற்கும் பெர்ஷியப் படைகளும் அவரது தன்னம்பிக்கையை அதிகப்படுத்தியிருந்தன. அதிவேகமாக காபூலை நோக்கி முன்னேறினார்.

அங்கே கம்ரானும் அண்ணனை எதிர்த்து நிற்கத் தீவிரமாகப் படைகளைத் திரட்டிக்கொண்டிருந்தார். ஒரு நீண்ட யுத்தத்தை எதிர்நோக்கியது காபூல்.

அப்போதுதான், சினிமாவில் வருவதுபோல் ஒரு திடுக்கிடும் திருப்பம், ஆன்ட்டி க்ளைமாக்ஸ், இனிமேல் கம்ரானை நம்பமுடியாது என்று நினைத்தார்களோ, ஹுமாயூன்தான் தங்களது பேரரசர் என்று இதுவரை அவருக்காகக் காத்திருந்தார்களோ, பல படைத் தலைவர்களும் அமைச்சர்களும் அதிகாரிகளும் சட்டென்று கட்சி மாறிவிட்டார்கள்.

கம்ரான் மிர்ஸா திகைத்துப்போனார். இனிமேல் ஹுமாயூனுடன் நேரடியாக மோதமுடியாது என்று அவருக்குப் புரிந்துவிட்டது. அதேசமயம் அஸ்காரிபோல் மன்னிப்புக் கேட்டுச் சரண் அடைவதற்கும் அவருக்கு மனம் இல்லை. ‘அப்புறம் பார்த்துக்கொள்ளலாம்’ என்று தப்பி ஓடிவிட்டார்.

இதனால், அதிகச் சிரமம் இல்லாமலே காபூல் ஹுமாயூன் வசமானது. பெர்ஷியாவில் தொடங்கிய அவருடைய பயணத்தின் முதல் பகுதி, இப்போதுதான் முழுமையடைந்தது.

அது கிடக்கட்டும், அக்பர் எங்கே?!

★★★

5. மீண்டும் இந்தியா!

ஹுமாயூனும் ஹமீதாவும் அக்பரை நடுக்காட்டில் விட்டுச் சென்றபோது, அவருக்கு வயது ஒன்று.

அதன்பிறகு, இரண்டு வருடங்கள் கழித்து, மீண்டும் அவர்கள் தங்கள் மகனை மூன்று வயதுச் சிறுவனாகப் பார்க்கவிருக்கிறார்கள். அங்கே என்ன நடந்திருக்கும்?

ஓடிச் சென்று கட்டி அணைத்திருப்பார்கள், முத்தம் கொடுத்திருப்பார்கள், 'எவ்ளோ உயரமா வளர்ந்துட்டான்!' என்று ஆச்சர்யப்பட்டிருப்பார்கள், பிரிந்த நாள்களை எண்ணிக் கண்ணீர் சிந்தியிருப்பார்கள்.

ஆனால், அக்பரின் சரித்திரத்தைச் சொல்லும் அதிகாரபூர்வ நூலான அக்பர் நாமா இந்தக் காட்சியை ரொம்ப வித்தியாசமாக விவரிக்கிறது. அதை ஓர் அற்புதமான ஓவியமாகவும் பதிவு செய்துவைத்திருக்கிறது.

அதாகப்பட்டது, அக்பர் சின்ன வயதிலேயே பெரிய ஞானி, இந்த பூமியை ஆள்வதற்காகவே பிறந்த குழந்தை, அதை உலகிற்குக் காட்டவேண்டும் என்று ஹுமாயூன் முடிவெடுத்தார்.

இதற்காக அவர் வைத்த சுவாரஸ்யமான பரீட்சை, அக்பர் தன்னுடைய தாயை அடையாளம் காணவேண்டும்.

ஹமீதாவும் அக்பரும் இரண்டு ஆண்டுகள் கழித்துச் சந்திக்கிறார்கள் என்பது ஒருபக்கமிருக்க, அவர்கள் பிரிந்தபோது அக்பர் கைக்குழந்தை. அவர் மனத்தில் தாய் முகம் எந்த அளவு பதிவாகியிருக்கும்? அதை பரிசோதித்துப்பார்ப்பதுதான் ஹுமாயூனின் நோக்கம்.

மறுநாள், குழந்தை அக்பர் அரசவைக்குக் கொண்டுவரப்பட்டார். அதன்பிறகு, ஏழெட்டுப் பெண்கள், கிட்டத்தட்ட ஒரேமாதிரியாக உடை அணிந்துகொண்டு வந்து நின்றார்கள். அவர்களில் யார் ராணி, யாரெல்லாம் தோழிகள் என்று யாராலும் சொல்லமுடியாது.

'அக்பர், அந்தக் கூட்டத்துலதான் உன்னோட அம்மா இருக்காங்க, அது யார்ன்னு கண்டுபிடி பார்க்கலாம்!'

அக்பர் ஒரு விநாடிகூடத் தயங்கி நிற்கவில்லை. குடுகுடுவென்று அந்தப் பெண்கள் பக்கமாக ஓடினார், அங்கே எந்தக் குறிப்பிடத்தக்க விசேஷ அலங்காரமும் இல்லாமல் நின்றிருந்த ஹமீதாவை மிகச் சரியாகக் கண்டுபிடித்துக் கட்டிக்கொண்டார். தாயும் மகனும் பாசத்தில் திளைக்க, சுற்றியிருந்த எல்லாரும் நெகிழ்ச்சியில் கண்ணீர் வழிய வாழ்த்து ஒலி எழுப்பினார்கள்.

அக்பர் நாமாவில் இடம்பெற்றுள்ள இந்தக் காட்சியைத் தாய்ப்பாசத்தின் மகிமையாகப் பார்ப்பதும், அக்பரின் மழலை மேதைமையின் அடையாளமாக நினைப்பதும் நம் இஷ்டம். ஹுமாயூன் அதனை ஒரு நல்ல சகுனமாகக் கருதியிருக்கிறார், தன் மகன் பெரிய பேரரசனாக வருவான் என்று உறுதியாக நம்பியிருக்கிறார்.

ஹுமாயூனும் அக்பரும் ஒன்றுசேர்ந்த இந்தக் கணத்தைக் கொண்டாடுவதற்காக, ஒரு பெரிய விருந்துக்கு ஏற்பாடு செய்யப்பட்டது. பல ஆண்டுகளுக்குப்பிறகு, கிட்டத்தட்ட முழுக் குடும்பமும் ஒன்றுசேர்ந்த நேரம் அது.

ஒரே ஒருவர் மட்டும் அந்த விருந்தில் பங்கேற்கவில்லை. அவர், கோட்டைக்கு வெளியே தனக்கென படை திரட்டிக்கொண்டிருந்த கம்ரான் மிர்ஸா.

கந்தஹார், காபூல் என இரண்டுமே ஹுமாயூன் வசம் சென்றுவிட்டபிறகும், கம்ரான் மிர்ஸா சும்மா இருக்கவில்லை. தொடர்ந்து அண்ணன்மீது போர் தொடுக்கும் முயற்சிகளில் இறங்கினார். இதற்காக அக்கம்பக்கத்தில் எல்லாரிடமும் உதவி கேட்டுத் தொல்லை பண்ணிக்கொண்டிருந்தார்.

இத்தனைக்கும் ஹுமாயூனின் நோக்கம் கந்தஹாரோ காபூலோ அல்ல, அவர் மீண்டும் இந்தியாவுக்குள் நுழைந்து இழந்ததைக் கைப்பற்றவேண்டும் என்ற துடிப்பில்தான் இருந்தார். அதைச் செய்து முடித்தபின் கம்ரான் மிர்ஸாவுக்காக இந்தப் பகுதிகளை விட்டுக்கொடுப்பதில் அவருக்கு எந்த ஆட்சேபணையும் இருக்காது.

இது கம்ரானுக்குப் புரியவில்லை. தன் நாட்டை எதிரியிடம் பறிகொடுத்த குறுநில மன்னரைப்போலவே அவர் நடந்துகொண்டார். எப்படியாவது ஹுமாயூனை அழித்துவிடவேண்டும் என்று துடித்தார்.

அப்போதும், ஹுமாயூன் கம்ரானைத் தண்டிக்கவில்லை. ஒவ்வொருமுறையும் அவரை மன்னித்துத் திருப்பி அனுப்பிக்கொண்டே இருந்தார், அவரும் சளைக்காமல் திரும்பி வந்து இவர் தலையில் குட்டிக்கொண்டிருந்தார்.

ஒருகட்டத்தில், சுற்றியிருந்தவர்களே ஹுமாயூனுக்கு எதிராகப் பொங்கிவிட்டார்கள், 'நீங்க உங்க அப்பாவுக்கு வாக்குக் கொடுத்துட்டீங்கங்கற ஒரே காரணத்துக்காக இப்படி இவரைச் சும்மா விட்டுக்கிட்டே இருந்தா என்ன அர்த்தம்? திரும்பத் திரும்ப எத்தனை சண்டை, எவ்ளோ இழப்புகள், ஏதாவது கடுமையா தண்டனை கொடுத்தால்தானே அவர் திருந்துவார்? இத்தனைக்கு அப்புறமும் நீங்க இப்படித் தயங்கி நின்னா, உங்க படையே உங்களுக்கு எதிராத் திரும்பிடும்.'

அதுமட்டுமில்லை, இப்படி உள்ளூர் எதிரியைச் சமாளிப்பதிலேயே நேரத்தை வீணடித்துக்கொண்டிருந்தால் டெல்லிக்குப் போவதெப்போ? இந்தியாவைப் பிடிப்பதெப்போ?

நீண்ட யோசனைக்குப்பிறகு, ஹுமாயூன் இறங்கிவந்தார். அப்போதும், சகோதரரைக் கொல்லவில்லை, அவருடைய கண்களைப் பொசுக்கிவிடும்படி ஆணையிட்டார்.

அத்துடன் கம்ரானின் நச்சரிப்பு முடிவுக்கு வந்தது. ஹுமாயூனின் மற்ற சகோதரர்களும் வெவ்வேறு சூழலில் காணாமல் போனார்கள். ஒருவழியாக, உள்நாட்டுக் கலவரங்கள் தீர, அடுத்து, டெல்லி, ஆக்ரா, குஜராத்...

அந்தப் பயணத்தைப்பற்றிப் பேசுமுன், ஷேர் கானிடம் தோல்வியடைந்து ஹுமாயூன் தப்பி ஓடியபிறகு, இங்கே இந்தியாவில் என்ன நடந்தது என்பதைக் கொஞ்சம் சுருக்கமாகப் பார்த்துவிடவேண்டும்.

1540ம் வருடம், ஃபரீத் கான் என்கிற ஷேர் கான் இந்தியாவின் சக்கரவர்த்தியாக முடிசூடினார். அதன்பிறகு அவர் 'ஷேர் ஷா' என்று அழைக்கப்பட்டார்.

ஷேர் கான் எந்த அளவு சிறந்த வீரரோ, அதே அளவு சிறந்த சிந்தனையாளர், தொலைநோக்குப் பார்வை கொண்டவர், பிரமாதமான நிர்வாகி. 1540 தொடங்கி 1545வரை ஐந்து ஆண்டுகளில் இந்தியாவில் அவர் அறிமுகப்படுத்திய பல நல்ல மாற்றங்கள் இன்றுவரை தொடர்ந்து உபயோகத்தில் இருக்கின்றன. உதாரணமாக, நாணயங்கள், தபால்துறை, நீண்ட தூரப் பயணிகளுக்கான வசதிகள் போன்றவை.

இதுதவிர, நல்ல சாலை வசதிகள், கோட்டைகள், மசூதிகள் போன்றவற்றை அமைப்பதிலும் ஷேர் கான் ஆர்வம் காட்டினார். பல நகரங்களைப் புதுக்கி அழகுறச்செய்தார், அரசு நிர்வாகத்தை ஒழுங்குபடுத்தினார்.

ஷேர் கானிடம் ஆட்சியை இழந்த ஹுமாயூன், மீண்டும் அவருடன் மோதி அதைத் திரும்பப் பெறுகிற சூழ்நிலையே

ஏற்படவில்லை. ஹுமாயூன் அங்கே தம்பிகளுடன் சண்டையிட்டு காபூலைப் பிடிப்பதற்குள், இங்கே ஒரு விபத்தில் ஷேர் கான் இறந்துபோய்விட்டார்.

ஷேர் கானுக்குப்பிறகு, அவருடைய மகன் ஜலால் கான் முடி சூடினார். அப்போது அவருக்கு 'இஸ்லாம் ஷா' என்ற சிறப்புப் பெயர் சூட்டப்பட்டது.

1554ம் வருடம் இஸ்லாம் ஷாவும் திடீர் மரணமடைந்துவிட்டார். அவருடைய மகன் ஃபிருஸ் ஷா சூரி புதிய அரசராக அரியாசனம் ஏறினார்.

ஒரே பிரச்னை, ஃபிருஸ் ஷாவுக்கு வயது, வெறும் பன்னிரண்டு.

போதாதா? ஷா வம்ச சாம்ராஜ்யம் திடீரென்று எடுப்பார் கைப்பிள்ளையாக மாறிவிட்டது. அதே வம்சத்தைச் சேர்ந்த மற்ற உறவுக்காரர்கள், அக்கம்பக்கத்து நாடுகளை ஆண்டவர்கள் எல்லாரும் அதனை ஆக்கிரமிக்கும் ஆசையுடன் பொடியன் ஃபிருஸ் ஷாமீது படையெடுக்க ஆரம்பித்தார்கள்.

அதுமட்டுமில்லை, அதுவரை டெல்லி அரசாங்கத்துக்கு அடங்கி ஆட்சி செய்த துண்டு துக்கடா நாடுகளெல்லாம் இப்போது 'நாங்கள் சுதந்திரம் பெற்றுவிட்டோம்' என்று அறிவித்துவிட்டார்கள். முதலில் பாபரும், பின்னர் ஹுமாயூனும், ஷேர் கானும் கட்டிக்காத்த ராஜ்ஜியம் கொஞ்சம் கொஞ்சமாக உதிர்ந்து பூந்தியாகிக்கொண்டிருந்தது.

'நமக்கு இதுதான் சரியான நேரம்' என்று தீர்மானித்தார் ஹுமாயூன். 'படைகளைத் தயார் செய்யுங்கள், நாம் இந்தியாவுக்குள் நுழையலாம்.'

ஆரம்பத்திலிருந்தே, ஹுமாயூனின் ராணுவத்துக்குப் பெரிய எதிர்ப்பு எதுவும் இல்லை. ஆங்காங்கே தலை தூக்கியவர்களையும் புத்திசாலித்தனமான வியூகங்களின்மூலம் நசுக்கி எறிந்துவிட்டு முன்னேறினார்கள். கொஞ்சம் கொஞ்சமாக மக்களும் மொகலாயர்களுக்கு ஆதரவாகத் திரும்பத் தொடங்கினார்கள்.

1955ம் வருடம் ஜூலை மாதம், ஹுமாயூனின் பதினைந்து வருடத் தவத்துக்குப் பலன் கிடைத்தது. இந்தியாவின் பேரரசராக மீண்டும் ஆட்சியில் அமர்ந்தார் அவர்.

இதன்மூலம், ஒரு சிறிய இடைவெளிக்குப்பின் மொகலாயப் பேரரசு மீண்டும் தொடர்ந்தது. ஹுமாயூனின் மகன் அதனை இன்னும் பெரிய உயரங்களுக்குக் கொண்டுசென்றார்.

ஒருவேளை, ஷேர் கான் அந்த விபத்தில் திடீர் மரணம் அடைந்திராவிட்டால், ஹுமாயூனால் இத்தனை சுலபமாக டெல்லியையும் இந்தியாவையும் கைப்பற்றியிருக்கமுடியுமா என்பது சந்தேகம்தான். ஆனாலும், வருடக்கணக்கில் ஏமாற்றத்துடன் சுற்றித் திரிந்தபோதும், நம்பிக்கையுடன் தொடர்ந்து போராடிவந்ததற்காக அவரைப் பாராட்டுவது அவசியம்.

தந்தை ஹுமாயூனிடமிருந்து அக்பர் நிறையக் கற்றுக்கொண்டார். குறிப்பாக, எதைச் செய்யவேண்டும், எதைச் செய்யக்கூடாது, யாரை நம்பலாம், யார்மீது ஒரு கண் வைத்திருக்கவேண்டும், அக்கம்பக்கத்துத் தேசங்களுடன் தொடர்ந்து நல்லுறவில் இருப்பது எப்படி என்று இப்படிப் பல விஷயங்களைச் சொல்லமுடியும்.

அதேசமயம், ஹுமாயூனைவிட, அக்பரின் நம்பிக்கைக்குரிய வழிகாட்டியாக இருந்தவர் இன்னொருவர் இருக்கிறார். அவர்தான் அக்பரின் இமாலய வெற்றிக்கு முதல், மற்றும் முக்கியமான காரணம்!

6. ஒரு விசுவாசியின் கதை

சரித்திரப் பதிவுகளில், விசுவாசிகளைவிட, துரோகிகளின் கதைகளுக்குதான் அதிக முக்கியத்துவம் தரப்படும்.

ஆனால் அதேசமயம், கொஞ்சம் கூர்ந்து கவனித்தால், பெரிய மன்னர்களின் வெற்றிப் பாதையில் தீவிர விசுவாசிகள் பலருடைய வியர்வையும் ரத்தமும் கிடப்பதை உணரலாம். துரோகிகளின் தில்லுமுல்லுகள், அதற்காக அவர்களுக்குக் கிடைத்த தண்டனைகளெல்லாம் கேட்பதற்குச் சுவாரஸ்யமாக இருந்தாலும், இந்த உண்மை ஊழியர்கள் இல்லாமல், பேரரசர்கள் இல்லை.

அப்படி மொகலாயர்களுக்கு அமைந்த ஒருவர், பைரம் கான்!

முந்தின வரியில் 'அக்பருக்கு' என்று சொல்லாமல், 'மொகலாயர்களுக்கு' எனக் குறிப்பிடப்பட்டிருப்பதைக் கவனியுங்கள். அக்பர், அவருடைய தந்தை ஹுமாயூன், தாத்தா பாபர் என மூன்று தலைமுறை மொகலாய அரசர்கள் பைரம் கானைத் தங்களுடைய வலது கைபோல் நினைத்தார்கள்.

அதற்குப் பதில் மரியாதையாக பைரம் கான் எந்தச் சூழ்நிலையிலும் அவர்களை விட்டுப்பிரியவில்லை, அவர்கள்

ஆட்சியில் இருந்தபோதும், இல்லாதபோதும், அவர்களது சாம்ராஜ்யத்துக்கு அடுத்தடுத்து ஆபத்து வந்தபோதும் மிகுந்த விசுவாசத்துடன் நடந்துகொண்டார், பல சிரம சூழ்நிலைகளில் இருந்து அவர்களை மீட்டெடுத்தார், ஏராளமான வெற்றிகளைத் தேடிக் கொடுத்தார்.

இத்தனைக்கும், பைரம் கானும் ராஜ வம்சத்தில் பிறந்தவர்தான். அவருடைய முன்னோர்கள் பெர்ஷியாவின் ஒரு மூலையை ஆண்டுகொண்டிருந்தவர்கள். அங்கிருந்து விரோதிகளால் துரத்தியடிக்கப்பட்டவர்கள்.

பைரம் கானின் தாத்தாவும் தந்தையும் இழந்த ஆட்சியை மீண்டும் பிடிப்பதற்குப் பல வழிகளில் முயற்சி செய்தார்கள். பலன் இல்லை. பாபரின் ராணுவத்தில் சேர்ந்துவிட்டார்கள்.

ஆக, பைரம் கான் பிறப்பதற்கு முன்பே, அவர்கள் 'வேலைக்காரர்'களாகிவிட்டார்கள், ராஜ்ஜியக் கனவையெல்லாம் மறந்து, மொகலாய அரசர்களை நம்பிப் பிழைக்கப் பழகிவிட்டார்கள்.

தந்தை, தாத்தா அனுபவித்த இந்த வேதனையை பைரம் கான் உணர்ந்தாரோ இல்லையோ, பின்னர் பல ஆண்டுகள் கழித்து, ஹுமாயூனுக்கும் அக்பருக்கும் அவர்களது ஆட்சியை மீட்டுக்கொடுத்து, எதிரிகளிடமிருந்து காப்பாற்றி, பலப்படுத்தித் தந்து, அதில் திருப்தி கண்டார் அவர்.

பைரம் கானுக்குப் பதினாறு வயதானபோது, அவர் பாபருடைய படையில் சேர்ந்தார். அங்கே அவருக்கு நல்ல மரியாதை, முக்கியமான பணிகள், பொறுப்புகள் வழங்கப்பட்டன.

இதனால், ஏற்கெனவே அங்கே இருந்த சில சீனியர்களுக்கு எரிச்சல், 'நேத்து வந்த பயலுக்கு இவ்ளோ மரியாதையா?' என்று எரிச்சலடைந்தார்கள்.

பாபர் அவர்களைப் பொருட்படுத்தவில்லை. ராஜ பரம்பரையைச் சேர்ந்தவர் என்பதாலோ, இந்தச் சிறுவயதில்

சுறுசுறுப்புடன் வேலை பார்க்கிற திறமைசாலி என்பதாலோ, பைரம் கான்மீது அவருக்குத் தனிப் பாசம். இன்னும் பெரிய பொறுப்புகளை அவரிடம் ஒப்படைத்தார். பைரம் கானும் அவற்றை மிகச் சிறப்பாகச் செய்து முடித்துத் தன்னுடைய நல்ல பெயரைக் காப்பாற்றிக்கொண்டார்.

அப்போது ஹுமாயூனுக்கு வயது ஏழோ, எட்டோ. அவரிடம் பைரம் கானை அறிமுகப்படுத்திய பாபர், 'இந்தப் பையன் பெரிய புத்திசாலி' என்றார். 'இவனையும் நான் என்னோட மகனைப்போலவேதான் நினைக்கறேன்' என்று அவர் நெகிழ்ச்சியுடன் சொன்னதாகக் குறிப்புகள் உள்ளன.

தந்தை இப்படிச் சொல்லச் சொல்ல, ஹுமாயூனுக்கும் பைரம் கான்மீது மரியாதை வளர்ந்தது, 'அப்பா, இவர் என்னோடவே இருக்கட்டுமே' என்றார்.

பாபர் சிறிதும் யோசிக்கவில்லை. உடனே சம்மதம் சொல்லிவிட்டார்.

அரசர்கள் எல்லாருமே தங்களுடைய மகன்கள் (அதாவது இளவரசர்கள்) சின்ன வயதிலிருந்தே நல்ல திறமைசாலிகளுடன் தான் பழகவேண்டும் என்று எதிர்பார்ப்பார்கள். அதன்மூலம், நாளைக்கே இந்த நாட்டை ஆளுவதற்கான தகுதிகளை அவர்கள் வளர்த்துக்கொள்வார்கள், கூடவே, தங்களுக்கு எது நல்லது, எது கெட்டது என்று புத்தி சொல்லக்கூடிய சிறந்த ஆலோசகர்களையும் அவர்களே அடையாளம் கண்டுகொள்வார்கள்.

அந்தவிதத்தில், பைரம் கான் மிக நல்ல போர் வீரர், தைரியசாலி, திறமையான நிர்வாகி, இப்படி எல்லாவிதங்களிலும் ஹுமாயூனுக்குப் பொருத்தமான கூட்டாளிதான் அவர் என்று பாபர் தீர்மானித்தார்.

இதனால், ஆரம்பத்திலிருந்தே ஹுமாயூனும் பைரம் கானும் முதலாளி, தொழிலாளி உறவுடன் பழகவில்லை. பைரம் கான் இளவரசருக்கு உரிய மரியாதையைத் தந்து கொஞ்சம் தள்ளியே

நின்றாலும், அவர் தவறு செய்கிறார் என்று நினைக்கும்போது சுட்டிக்காட்டித் திருத்துவதற்குத் தயங்கமாட்டார். அதை எப்படிச் செய்தால் நன்றாக இருக்கும் என்கிற தன்னுடைய கருத்தையும் தைரியமாக முன்வைப்பார்.

இந்த நேரத்தில்தான் பாபர் இந்தியாவின்மீது படையெடுத்தார். அந்தப் போரில் ஹுமாயூன் பங்கேற்றது தெரியும், அவரோடு இருந்த பைரம் கான் என்ன செய்தார் என்று குறிப்புகள் எவையும் இல்லை.

ஆனால், பின்னர் பைரம் கான் நிகழ்த்திய போர்கள், அவற்றில் அவர் பயன்படுத்திய உத்திகள் போன்றவற்றை ஆராய்ந்துபார்க்கும்போது, நிச்சயமாக முதலாம் பானிப்பட் போரிலும் அடுத்து வந்த பல யுத்தங்களிலும் அவர் பங்கேற்றிருக்கவேண்டும். பாபரின் அமைச்சரவையிலும், பின்னர் அவர் மறைந்து ஹுமாயூன் அரசரானபோதும் முக்கியப் பொறுப்புகளை வகித்திருக்கவேண்டும்.

ஹுமாயூன் ஷேர் கானிடம் தோற்றுத் திணறியபோது, பைரம் கான் மொகலாயப் படையில்தான் இருந்தார். ஆனால் அவராலும் அந்த ஷேர் கானை ஜெயிக்கமுடியவில்லை. ஹுமாயூன்போலவே இவரும் தப்பி ஓடினார்.

முக்கியமான விஷயம், இவர்கள் இருவரும் ஒன்றாகத் தப்பிச் செல்லவில்லை. டெல்லி, ஆக்ரா மத்தியில் இருக்க, ஹுமாயூன் கொஞ்சம் மேலே, அதாவது, (இப்போதைய) பாகிஸ்தான் இருக்கும் திசையில் ஓடினார், பைரம் கான் கீழே குஜராத் பக்கமாகச் சென்றார். இருவரும் வெவ்வேறு தேசங்களில் தஞ்சம் புகுந்தார்கள்.

இதன் அர்த்தம், பைரம் கான் ஹுமாயூனுக்குத் துரோகம் செய்துவிட்டார், அவரை நட்டாற்றில் தவிக்கவிட்டுச் சென்றுவிட்டார் என்பதல்ல. ஷேர் கான் அடித்த அடியில் மொகலாயப் படையில் இருந்த சிப்பாய்களில் ஆரம்பித்துப் பேரரசர்வரை எல்லாரும் ஆளுக்கு ஒரு திசையில் வீசி

எறியப்பட்டார்கள். தலை பிழைத்தது தம்பிரான் புண்ணியம் என்கிற அந்த நிலைமையில் 'நாங்க ஜோடியாதான் ஓடுவோம்' என்று வசனம் பேசிக்கொண்டிருக்கமுடியுமா?

ஆக, ஹுமாயூன் ஒருபக்கம், பைரம் கான் இன்னொருபக்கம். இருவருமே ஷேர் கானின் விரோதிகள் என்பதால், தலைக்குமேல் கத்தி தொங்கிக்கொண்டிருந்தது.

அந்தச் சூழ்நிலையிலும் பைரம் கான் மொகலாயர்களுக்குதான் விசுவாசமாக இருந்தார். அவர் சும்மா ஒரு பேச்சுக்காவது 'நான் கட்சி மாறிட்டேன்' என்று சொன்னால் போதும், உயிர் பிழைக்கும், சகல வசதிகளுடன் நிம்மதியாக வாழலாம். ஆனால், அதை அவர் விரும்பவில்லை.

ஹுமாயூனைவிட்டுப் பிரிந்தபிறகு சுமார் இரண்டு ஆண்டுகள் எங்கெங்கோ ஒளிந்து வாழ்ந்தார் பைரம் கான். அவரை ஷேர் கான் ஆள்கள் வலை வீசித் தேடிக்கொண்டிருந்தார்கள்.

ஒருகட்டத்தில், அவர்கள் அவரைப் பிடித்துவிட்டார்கள். புதிய சக்கரவர்த்தி ஷேர் கான் (அல்லது ஷேர் ஷா) முன்னால் கொண்டுசென்று நிறுத்தினார்கள்.

வழக்கம்போல், இந்தக் காட்சியை வெவ்வேறு சரித்திர ஆசிரியர்கள் வெவ்வேறுவிதமாகப் பதிவு செய்திருக்கிறார்கள். சிலர், 'பைரம் கானை ஷேர் ஷா அவமானப்படுத்தினார்' என்கிறார்கள், வேறு சிலர் 'பைரம் கானின் வீரத்தை அறிந்திருந்த ஷேர் ஷா அவருக்கு நல்ல மரியாதை கொடுத்துக் கௌரவித்தார்' என்கிறார்கள்.

அதுமட்டுமில்லை, எப்படியாவது பைரம் கானைத் தன்பக்கம் இழுத்துவிட்டால், ஹுமாயூனை நிரந்தரமாக முடக்கிவிடலாம் என்று ஷேர் கான் கணக்குப் போட்டிருந்தாராம். ஏதேதோ ஆசை காட்டி பைரம் கானின் விசுவாசத்தை வாங்கப் பார்த்ததாகச் சொல்கிறார்கள்.

இந்தக் கதையெல்லாம் பைரம் கானிடம் நடக்குமா? எந்தச் சூழ்நிலையிலும் ஹுமாயூனுக்கு எதிராகச் செயல்படமுடியாது

என்று அவர் மறுத்துவிட்டார்.

ஷேர் கானுக்கு இந்த ஆளை வைத்துக்கொண்டு என்ன செய்வது என்று தெரியவில்லை. அவர் யோசித்துக்கொண்டிருந்தபோதே, பைரம் கான் நைசாகத் தப்பி ஓடிவிட்டார்.

அடுத்து, எப்படியாவது ஹுமாயூனிடம் சென்று சேரவேண்டும். அதற்கு என்ன வழி?

ஞாபகம் இருக்கிறதல்லவா? ஷேர் கான் ராஜ்ஜியத்தின் இந்தப் பக்கத்தில் பைரம் கான் இருக்கிறார், அந்தப் பக்கத்தில் ஹுமாயூன் இருக்கிறார். நடுவே கால் வைத்தால் ஷேர் கான் வெட்டிவிடுவார்.

பைரம் கான் அந்த ரிஸ்கை எடுக்கத் தயாராகவே இருந்தார். ஹுமாயூன் ஆதரவாளர் என்ற பெயரில் இங்கே வாழ்ந்து என்ன பிரயோஜனம், அங்கே போய் கஷ்டத்தில் இருக்கும் மொகலாய அரசருக்கு உதவினால்தானே அந்த வார்த்தைக்கு ஓர் அர்த்தம் இருக்கும்?

ஏற்கெனவே பல மாதங்களாக ஹுமாயூன் இருக்கும் இடத்தை அறியும் முயற்சிகளில்தான் இருந்தார் பைரம் கான். இப்போது இன்னும் அதிகத் தீவிரத்துடன் தேட ஆரம்பித்தார். சில துப்புகள் கிடைத்தன.

உடனே, ஹுமாயூனுக்குக் கடிதம் எழுதினார் பைரம் கான். 'மேன்மைதங்கிய அரசருக்கு, நான் உங்களைச் சந்திக்க வரலாமா? மீண்டும் உங்களுடைய விசுவாசியாகப் பணியாற்றும் நாளை எதிர்நோக்கி ஆவலுடன் காத்திருக்கிறேன்.'

ஹுமாயூன் இந்த ஊரா அந்த ஊரா என்று தெரியாமல் ஓடிக்கொண்டிருந்த நேரத்தில் அந்தக் கடிதம் வந்து சேர்ந்தது. பைரம் கான் இன்னும் உயிரோடுதான் இருக்கிறார், தன்னோடு சேரத் தயாராக இருக்கிறார் என்று தெரிந்தவுடன் அவர் ரொம்பக் குஷியாகிவிட்டார். 'சீக்கிரம் புறப்பட்டு வா' என்று பதில் எழுதினார்.

அந்தப் பதிலைப் பார்த்தவுடன், பைரம் கான் புறப்பட்டார். பல ஆபத்துகளைத் தாண்டி, அப்போது ஹுமாயூன் இருப்பதாக

நம்பப்பட்ட பிரதேசத்துக்குச் சென்றார்.

ஆனால் அதற்குள், ஷேர் கானும் அவருடைய அடியாள்களும் ஹுமாயூனை மறுபடி விரட்ட ஆரம்பித்திருந்தார்கள். அவர் வேறு எங்கோ தப்பிச் சென்றிருந்தார்.

ஏமாந்துபோன ஷேர் கான் புறப்பட்ட இடத்துக்கே திரும்பினார். மீண்டும் ஹுமாயூனைத் தேடத் தொடங்கினார். கிடைத்த செய்திகளின் அடிப்படையில் இன்னொரு பயணம்.

இந்தமுறை, அவருடைய நம்பிக்கை வீண்போகவில்லை. இப்போதைய பாகிஸ்தானின் சிந்து மாகாணத்தில் ஹுமாயூன் இருக்கும் இடத்தைச் சரியாகக் கண்டுபிடித்துவிட்டார். பல இடையூறுகளைக் கடந்து அங்கே சென்று சேர்ந்துவிட்டார்.

தன்னுடைய நண்பர், வழிகாட்டி, விசுவாசியைப் பார்த்த ஹுமாயூனுக்குப் புது உற்சாகம் பிறந்தது. 'என் கஷ்டங்கள்ல தோள் கொடுக்க ஒருத்தன் வந்துட்டான்' என்று மகிழ்ச்சியுடன் குறிப்பிட்டார் அவர்.

ஹுமாயூன் இப்படி உணர்ச்சிவயப்பட்டதற்குக் காரணம் இருந்தது. அதுவரை அவருடன் இருந்து சுகபோகங்களை அனுபவித்த பல வீரர்கள், மந்திரிகள், உதவியாளர்கள், வேலைக்காரர்களெல்லாம் இப்போது சுயநலத்துடன் விலகிச் சென்றுகொண்டிருந்தார்கள், அல்லது எதிர்க்கட்சிக்குத் தாவிக்கொண்டிருந்தார்கள். இந்தச் சூழ்நிலையில் இத்தனை ஆபத்துகள், சிரமங்களுக்கு நடுவிலும் தன்னுடன்தான் இருக்கவேண்டும் என்கிற உறுதியுடன் ஒருவர் வந்திருப்பது ஹுமாயூனுக்குப் பெரும் நெகிழ்ச்சியைத் தந்திருக்கவேண்டும்.

ரொம்ப நாளைக்குப்பிறகு, பைரம் கானின் வீரத்துக்குத் தீனி கிடைக்கத் தொடங்கியது. துண்டு, துக்கடாப் போர்கள்தாம், ஆனாலும் ஹுமாயூனின் பிரதிநிதியாகச் சண்டையிடுவதில், எதிரிகளை விரட்டியடிப்பதில் அவருக்கு ஒரு பெருமை.

அக்பர் பிறந்திருந்த நேரம் அது, பைரம் கானும் தன்னுடன்

சேர்ந்துவிட்டதால் விரைவில் தன்னுடைய கஷ்டங்கள் தீர்ந்துவிடும் என்று ஹுமாயூன் நம்பினார்.

ஆனால், நாம் ஏற்கெனவே பார்த்ததுபோல், அது அத்தனை சுலபத்தில் நடக்கவில்லை. பெர்ஷிய அரசரின் துணையோடு கந்தஹார், காபூல் என்று படிப்படியாகத்தான் முன்னேறவேண்டியிருந்தது. அந்தப் போர்கள், பேச்சுவார்த்தைகள் அனைத்திலும் ஹுமாயூனுக்குப் பெரும் உதவியாக இருந்தார் பைரம் கான்.

பதிலுக்கு ஹுமாயூனால் பைரம் கானுக்கு எதைத் தரமுடியும்? காசு, பணம், நாடு, அதிகாரம், புகழ் என்று இப்போது அவர் கைவசம் எதுவுமே இல்லையே!

அதனால்தான், கந்தஹாரை ஜெயித்தவுடன் பைரம் கானை அதற்குக் கவர்னராக நியமித்து கௌரவித்தார் ஹுமாயூன். அடுத்த பல ஆண்டுகள் அந்த நகரத்தை மிகச் சிறப்பாக நிர்வகித்ததும், எதிரிகளின் தாக்குதலில் இருந்து காப்பாற்றியதும் பைரம் கான்தான்.

அடுத்தபடியாக, ஹுமாயூன் இந்தியாவை ஜெயிக்கப் புறப்பட்டார். அப்போது டீன் ஏஜ் வயதில் இருந்த மகன் அக்பரையும் உடன் அழைத்துக்கொண்டார்.

அப்போ பைரம் கான்?

அவருக்கு வேறொரு முக்கியப் பொறுப்பைத் தந்திருந்தார் ஹுமாயூன், 'இப்போது எங்கள்வசம் இருக்கற படைகள் இந்தியாவுல நடக்கப்போற போர்களுக்குப் போதாது, நீ இங்கே இன்னும் நிறைய ராணுவத்தைத் திரட்டிச் சேகரிச்சுக்கிட்டு எங்களை வந்து பாரு.'

'உத்தரவு அரசே!'

எல்லாரும் சண்டைக்குப் போகும்போது, பைரம் கானால்மட்டும் இங்கே சும்மா உட்கார்ந்திருக்கமுடியுமா?

விறுவிறுவென்று படைகளைத் திரட்டினார். இந்தியாவை நோக்கிப் புறப்பட்டுவிட்டார்.

விரைவில், ஹுமாயூன், அக்பர், பைரம் கான் மூவரும் சந்தித்தார்கள். ஹுமாயூன் தன்னுடைய படைகளின் 'முதன்மைத் தளபதி' என்கிற அங்கீகாரம், அதிகாரத்தை பைரம் கானுக்கு வழங்கினார்.

அப்போது ஹுமாயூனின் ராணுவத்தில் இருந்த மற்ற பல தளபதிகளுக்கு, பைரம் கான்மேல் அரசர் வைத்திருந்த நம்பிக்கை பிடிக்கவில்லை, அல்லது புரியவில்லை. 'அவன்மட்டும் என்ன பெரிசா?' என்று ஆதங்கப்பட்டார்கள். 'நானும் பெரிய ஆள்தான்' என்று நிரூபிக்கும் நோக்கத்துடன் தன்னிச்சையாகச் செயல்பட்டார்கள்.

இதுபோல் வெவ்வேறு தளபதிகள் வெவ்வேறு திசையில் இழுத்தால், வண்டி ஒழுங்காக ஓடாது என்பது பைரம் கானுக்கு நன்றாகத் தெரியும். இதைக் கட்டுப்படுத்துவதற்காகக் கடுமையாக நடந்துகொள்ளவேண்டிய கட்டாயத்துக்குத் தள்ளப்பட்டார் அவர். இந்த முரட்டு மனோபாவம் அவருக்கு இன்னும் பல எதிரிகளைச் சம்பாதித்துத் தந்தது.

ஆனால், யார் என்ன சொன்னாலும் சரி, ஹுமாயூன் பைரம் கானைத்தான் நம்புவார். ஆகவே, இந்தக் குட்டித் தளபதிகளெல்லாம் தங்களுடைய ஆத்திரத்தை விழுங்கிக்கொண்டு, முதன்மைத் தளபதி சொல்லும் பேச்சைக் கேட்டு நடக்கவேண்டிய சூழ்நிலை.

அதன்பிறகு, ஆக்கிரமிப்பு அதிவேகமாக நடந்தது. ஒப்பீட்டளவில் ஒரு சிறிய படையைமட்டுமே வைத்திருந்த பைரம் கான் தனது முழு பலம், வியூகத் திறனையும் காட்டிப் போரிட்டார். இந்தியாவின் 'அரசர்'கள் வலுவிழந்து ஒவ்வொருவராக உதிர ஆரம்பித்தார்கள். மொகலாய சாம்ராஜ்யம் மீண்டும் மலர்ந்தது.

அப்போது, அக்பருக்கு வயது பன்னிரண்டு. இளவரசரை வளர்க்கிற, பாதுகாக்கிற, பராமரிக்கிற பொறுப்புகளை பைரம் கானிடம் ஒப்படைத்தார் ஹுமாயூன்.

கிட்டத்தட்ட பாபர் எடுத்த அதே தீர்மானம். அப்போது பதினாறு வயதில் இருந்த பைரம் கான், இப்போது அனுபவத்தின் முதிர்ச்சியோடு இன்னும் முழுமையான ஒரு வீரராக, தளபதியாக, நிர்வாகியாகச் செயல்பட்டார். அவருடைய நிழலில் வளர்வது அக்பருக்கு நல்லதுதானே?

மொகலாயப் படைகள் இந்தியாவுக்குள் நுழைந்தபோது, டெல்லியை ஆண்டுகொண்டிருந்த சுல்தான் பெயர் சிகந்தர் ஷா சூரி. அவரை விரட்டியடித்துவிட்டுதான் ஹுமாயூன் திரும்ப ஆட்சிக்கு வந்திருந்தார்.

இந்த சிகந்தர் ஷா, ஆரம்பத்தில் கொஞ்ச நாள் சும்மா இருந்தார். பின்னர் ஆதரவாளர்களைச் சேர்த்துக்கொண்டு மறுபடி வம்பு செய்ய ஆரம்பித்தார்.

உடனே, அக்பர், பைரம் கானை அழைத்தார் ஹுமாயூன், 'இந்தப் பய தொல்லை தாங்கலை, கொஞ்சம் துரத்திப் பிடிச்சு ஒரு வழி பண்ணுங்களேன்.'

பன்னிரண்டு வயதுப் பையன் போர்க்களத்துக்குப் போய் என்ன செய்வான் என்று கேட்கக்கூடாது. அக்பர் ஒன்பது வயதிலேயே யுத்தத்துக்குச் சென்றவர்!

இதுபோல் மிகச் சிறிய வயதில் போர்க்களத்துக்குச் செல்லும் இளவரசர்கள் கத்தி, துப்பாக்கி ஏந்திப் போராடவேண்டும் என்று அவசியம் இல்லை. ஆயிரம் பேருக்குப் பின்னால் நின்று வியூகம் அமைக்கலாம், யார் என்ன செய்கிறார்கள் என்று பார்க்கலாம், தவறுகளைப் புரிந்துகொள்ளலாம், அவற்றைத் தவிர்ப்பது எப்படி என்று யோசிக்கலாம், எதிராளியின் தாக்குதல் வியூகங்களை அலசி ஆராய்ந்து மாற்று நடவடிக்கைகளைத் திட்டமிடலாம்... இப்படி இன்னும் ஏகப்பட்ட எதார்த்தப் பாடங்கள் சண்டையின்போது சாத்தியம்.

அதனால்தான், அன்றைய அரசர்கள் பலர் தங்கள் மகன்களை மிகச் சிறிய வயதிலேயே வாய்ப்புக் கிடைக்கும்போதெல்லாம் போர்க்களத்துக்கு அனுப்பிவிடுவார்கள். ஹுமாயூனும் பாபரின்

நிழலில் அப்படிச் சண்டையிடத் தொடங்கியவர்தான். இப்போது அக்பரின் முறை!

ஒரு சிறிய படையுடன் அக்பர் புறப்பட்டார். அவருக்கு வழிகாட்டியாக பைரம் கான். சிகந்தர் ஷா ஒளிந்திருந்த பகுதிக்குச் சென்று முற்றுகையிட்டார்கள்.

சில நாள்கள் கழித்து, அங்கே டெல்லியில் ஹுமாயூன் தன்னுடைய நூலகத்தில் ஏதோ வாசித்துக்கொண்டிருந்தார். கைநிறைய புத்தகங்களுடன் படிகளில் இறங்கிவந்தார். திடீரென்று தடுமாறிக் கீழே விழுந்தார்.

உருண்ட வேகத்தில், அவருடைய தலை எங்கேயோ பலமாக மோதிவிட்டது, அவருக்கு உடனடிச் சிகிச்சை அளிக்கப்பட்டபோதும், நிலைமை கட்டுக்குள் வரவில்லை.

'அக்பரை இங்கே வரச்சொல்லுங்கள்' என்றார் ஹுமாயூன். அதோடு அவர் மயங்கிப்போனார். அடுத்த இரண்டு நாள்களுக்குமேல் அவருக்கு நினைவு திரும்பவில்லை.

மொகலாய சாம்ராஜ்யத்தை மீண்டும் நிர்மாணித்த சில மாதங்களில், 1556ம் ஆண்டு ஜனவரி 27ம் தேதி, பேரரசர் ஹுமாயூன் மரணமடைந்தார். இந்த விவரம் போர்க்களத்தில் இருக்கும் அக்பருக்கு அனுப்பப்பட்டது.

இப்போது, என்ன வேண்டுமானாலும் நடக்கலாம். பன்னிரண்டு வயதுச் சிறுவனான அக்பரை அரசராக ஏற்றுக்கொள்ளாமல் மற்ற உறவுக்காரர்கள் எதிர்ப்புக் குரல் எழுப்பலாம், சிகந்தர் ஷாபோல அக்கம்பக்கத்திலிருக்கும் முன்னாள், இன்னாள் அரசர்கள் விட்டதைப் பிடிக்கப் படையெடுத்து வரலாம், அல்லது, அக்பரைச் சும்மா பேருக்கு பொம்மை ராஜாவாக உட்காரவைத்துவிட்டு பைரம் கான் ஆட்சியைப் பிடித்துக்கொள்ளலாம்.

அக்பர், பைரம் கான் இருவருடைய ஆளுமைக்கு விடப்பட்ட மிகப் பெரிய சவால் இது. அக்கினிப் பரீட்சை போன்ற இந்தச் சூழ்நிலையிலிருந்து அவர்கள் வெளிவருவதற்குப் பல வருடங்கள் பிடித்தன!

★★★

7. பிரதமர் பைரம்

மழலைப் பருவத்திலிருந்தே, அக்பர் ஓர் இயற்கைப் பிரியர். சின்ன வயதில் அப்பா, அம்மாவைப் பிரிந்து வாழ்ந்ததாலோ என்னவோ, அவர் காடு, மரம், செடிகொடிகள், நதிக்கரைகள், பறவைகள், செல்லப் பிராணிகள் என்று இயற்கையான சூழலில் நேரம் செலவிடுவதையே விரும்பினார். ஆட்சி, அதிகாரம் போன்ற விஷயங்களில் அவருக்கு அவ்வளவாக ஆர்வம் இல்லை.

ஆரம்பத்தில் அக்பரை வளர்த்தவர்கள், அவரைப் படிக்கவைக்கவில்லை. அதற்கான அடிப்படை விஷயங்களைக்கூடச் சொல்லித்தரவில்லை, அதில் அவருக்கு ஆர்வம் ஏற்படுத்தவில்லை.

பின்னர் அவர் தந்தை ஹுமாயூன் பொறுப்பில் வந்ததும், அவர் இவருக்குப் பாடம் சொல்லித்தருவதற்காகப் பல ஆசிரியர்களை நியமித்தார். அதன்மூலம் விட்டதைப் பிடித்துவிடமுடியும் என்று அவர் நம்பினார்.

ஆனால், அக்பருக்கு எழுதப் படிக்கத் தெரிந்துகொள்வதில் சுத்தமாக ஆர்வம் இல்லை. யார் என்ன கற்றுத்தந்தாலும் சரி,

விட்டத்தைப் பார்த்துக்கொண்டு சும்மாவே உட்கார்ந்திருப்பார். ஒரு சின்ன இடைவெளி கிடைத்தால் போதும், எங்கேயாவது ஓடிவிடுவார்.

இந்த விஷயம் ஹுமாயூனுக்குப் பெரும் ஏமாற்றத்தைத் தந்தது. காரணம், மொகலாயச் சமூகத்தில் அடிமட்ட ஊழியர்கூட நன்கு படித்திருக்கவேண்டும் என்று நினைப்பார்கள், அதைப் பெருமையாகக் கருதுவார்கள். ஆனால், இங்கே ஓர் இளவரசர், வருங்கால அரசர் படிக்கமாட்டேன் என்று பிடிவாதம் பிடிக்கிறார். என்ன செய்வது?

ஜோதிடத்தில் நம்பிக்கை கொண்ட ஹுமாயூன், தன்னுடைய ஆலோசகர்களை அழைத்தார், 'என் மகன் எப்போது படிப்பைத் தொடங்கினால் அவனுடைய எதிர்காலம் நன்றாக இருக்கும்? பார்த்துச் சொல்லுங்கள்' என்றார்.

அதன்படி, ஜோதிடர்கள் நல்ல நேரத்தைக் குறித்துக்கொடுத்தார்கள். சரியாக அதே நேரத்தில் மீண்டும் அக்பருக்குப் பாடங்கள் தொடங்கின.

ம்ஹும், இந்தமுறையும் தோல்விதான். வாத்தியார்களுக்குப் பெப்பே காட்டிவிட்டு எங்கோ ஓடிவிட்டார் அக்பர்.

ஹுமாயூன் விடவில்லை. தொடர்ந்து திரும்பத் திரும்ப வெவ்வேறு 'நல்ல நேர'ங்களைக் குறித்தார். எதுவும் எடுபடவில்லை. அக்பர் 'என்னை விட்றுங்க, எனக்குப் படிக்க விருப்பமில்லை' என்று நேரடியாகவே சொல்லிவிட்டார்.

அதன்பிறகு, அக்பரை முறைப்படி பயிலச் செய்வதற்காக, முல்லா பிர் முஹம்மது, பைரம் கான் உள்ளிட்ட பலர் பலவிதமாக முயற்சி செய்து பார்த்தார்கள். பலன் இல்லை.

அத்தனை பாடங்களுக்கு நடுவே, அக்பருக்கு ஓவியக்கலை மட்டும் பிடித்திருந்தது. கொஞ்சம் ஒழுங்காகக் கவனித்தார், பயிற்சி எடுத்தார், மற்ற வகுப்புகளுக்கெல்லாம் 'கட்' அடித்துவிட்டு ஊர் சுற்றப் போய்விட்டார்.

'இளவரசே, ஏன் இப்படியெல்லாம் செய்கிறீர்கள்? நீங்கள் எழுதப் படிக்கத் தெரியாமல் இருப்பது நம் சாம்ராஜ்யத்துக்கே அவமானம் அல்லவா?'

'இதில் என்ன பெரிய அவமானம்?' என்று பதிலடி கொடுத்தார் அக்பர், 'எனக்கு விளையாடுவதும் வேட்டையாடுவதும்தான் ரொம்பப் பிடித்திருக்கிறது.'

கடைசிவரை, அக்பர் எழுதப் படிக்கத் தெரிந்துகொள்ளவில்லை. செழிப்பான மொகலாய அரச குடும்பத்தின் வாரிசாகப் பிறந்து வளர்ந்தும்கூட, முறைப்படி கல்வி கற்காத அபூர்வ மனிதர் அவர் ஒருவர்தான்.

அதேசமயம் ஆட்சி செய்வதற்குத் தேவையான மற்ற தகுதிகள், திறமைகளை அவர் சிறப்பாக வளர்த்துக்கொண்டார். குறிப்பாக, கலைகளை ரசிப்பதிலும் நல்ல கலைஞர்களை அடையாளம் கண்டு கௌரவிப்பது, ஊக்குவிப்பதிலும் அக்பருக்கு ஈடு இணை கிடையாது.

ஒன்பது வயதுக்குள் அக்பர் குதிரை ஏற்றம் பழகிவிட்டார், ஒட்டகங்களைக் கட்டுப்படுத்தவும் கற்றுக்கொண்டார், யானைச் சவாரியிலும் நிபுணராகிவிட்டார்.

இவைதவிர, போர்க்கலையில் அவருக்கு மிகுந்த ஆர்வம். பல ஆயுதங்களை நுட்பமாகப் பிரயோகிப்பதிலும் சிறப்புப் பயிற்சி பெற்றார்.

சுருக்கமாகச் சொன்னால், அக்பர் மாளிகையில் உட்கார்ந்து ஆட்சி செய்வதைவிட, வெளியே சுற்றித் திரிவதில்தான் ஆர்வம் காட்டினார், போர் என்றால் இன்னும் மகிழ்ச்சி.

நாம் ஏற்கெனவே பார்த்ததுபோல், பத்து வயதுக்குள் அவர் நேரடி யுத்தத்தில் பங்கேற்றுவிட்டார். அடுத்த பல வருடங்களை அவர் போர்க்களத்தில்தான் கழித்தார். பைரம் கானின் வழிகாட்டுதலில் ஒவ்வொரு நாளும் புதுப்புது விஷயங்களைக் கற்றுக்கொண்டிருந்தார் அவர்.

இந்த நேரத்தில்தான், பேரரசர் ஹுமாயூன் டெல்லியில் மரணமடைந்தார். உடனடியாக, போர்க்களத்தில் இருந்த அக்பருக்குத் தகவல் பறந்தது.

ஆனால், செய்தி கிடைத்து அக்பர் திரும்பி வரும்வரை டெல்லியை யார் ஆட்சி செய்வது? ஹுமாயூன் இல்லை என்கிற தகவல் தெரிந்தால் சட்டென்று எதிரிகள் சுற்றி வளைத்துவிடுவார்களே.

அரசரின் நம்பிக்கைக்கு உரிய அமைச்சர்கள், அதிகாரிகள் கூடிப் பேசினார்கள், 'நிலைமையைச் சமாளிக்க ஒரே ஒரு வழிதான் இருக்கு, இளவரசர் திரும்பி வந்து பொறுப்பேத்துக்கறவரைக்கும், நம்ம அரசர் இறந்துட்ட விஷயத்தை வெளியே சொல்லாம மறைச்சாகணும்.'

'அதெப்படி? தினமும் அரசர் மக்களுக்குக் காட்சி தரணுமே.'

'பிரச்னையில்லை. அரசர் மாதிரியே இன்னொருத்தரைக் கண்டுபிடிப்போம். அவருக்கு வேஷம் போட்டு மக்கள் முன்னாடி நிறுத்துவோம். கொஞ்சம் நிலைமை கட்டுக்குள்ளே வந்தப்புறம் செய்தியை அறிவிச்சாப் போதும்!'

உடனடியாக, ஹுமாயூன்போலவே தோற்றம் கொண்ட ஆள் ஒருவரைத் தேடினார்கள். முல்லா பெகாசி என்பவர் மாட்டினார். அவருக்கு ராஜாவின் உடைகளை அணிவித்து ஆள் மாறாட்டம் செய்துவிட்டார்கள்.

இதற்குள், அங்கே தந்தை இறந்த செய்தியைக் கேள்விப்பட்டு துக்கத்தில் ஆழ்ந்தார் அக்பர். அடுத்து என்ன செய்வது என்பதைக்கூட யோசிக்கமுடியாத நிலைமை.

நல்லவேளையாக, பைரம் கான் சூழ்நிலையைப் புரிந்துகொண்டு சட்டென்று செயலில் இறங்கினார். ஏற்கெனவே ஹுமாயூனின் வாரிசாக அறிவிக்கப்பட்டிருந்த இளவரசர் அக்பரை, இந்தியாவின் அரசராக முடிசூட்டுவதற்கான முயற்சிகளில் இறங்கினார்.

உண்மையில் அக்பர் அப்போது அரசராகச் செயல்படுகிற மனோநிலையில் இல்லை. அதற்கான முதிர்ச்சி, அனுபவம், விருப்பம் எதுவுமே அவருக்கு இல்லை. எப்போதும்போல் ஜாலியாகச் சுற்றித் திரிவது, விளையாடுவது, வேட்டையாடுவது, போர்களில் பங்கேற்பதையெல்லாம்தான் அவர் விரும்பினார்.

பைரம் கான் அவருக்கு அறிவுரை சொன்னார். 'ராஜா இல்லாத அரசாங்கம் சட்டென்று உடைந்துவிடும். ஏற்கெனவே ஹுமாயூன் இல்லை என்று தெரிந்துகொண்ட எதிரிகள் நம்முடைய கோட்டைகளை, நகரங்களைத் தாக்கத் தயாராகியிருப்பார்கள், இந்தச் சூழ்நிலையில் அடுத்த ராஜா நீங்கள்தான் என்பதை உடனடியாக உலகிற்குத் தெரியப்படுத்தவேண்டும், இதில் எந்தக் குழப்பமும் இருக்கக்கூடாது.'

அக்பர் யோசித்தார். வேறு வழியில்லை, ஆட்சியில் உதவுவதற்கு பைரம் கான் தன்னுடன் இருக்கிறார் என்கிற தைரியத்தில், சம்மதம் சொல்லிவிட்டார்.

1556 பிப்ரவரி 14ம் தேதி, மொகலாய இந்தியாவின் புதிய அரசராகப் பொறுப்பேற்றுக்கொண்டார் அக்பர். அவருடைய முடிசூட்டுவிழா, போர்க்களத்தின் மத்தியில் எளிமையாக நடைபெற்றது.

ஆட்சிக்கு வந்ததும், அக்பர் இட்ட முதல் உத்தரவு, 'பைரம் கானை என்னுடைய பிரதம மந்திரியாக நியமிக்கிறேன், ராணுவ விவகாரங்கள், நிர்வாகப் பொறுப்புகளை அவர் ஏற்றுக்கொள்வார்.'

உடனடியாக, அக்பரும் பைரம் கானும் தங்களுடைய படைகளைத் திரட்டிக்கொண்டு டெல்லிக்குப் புறப்பட்டார்கள். ஹுமாயூனின் எதிரிகள் அதைச் சுற்றிவளைப்பதற்குள், இவர்கள் முந்திக்கொள்ளவேண்டும்.

ஆனால், பாதி வழியிலேயே செய்தி வந்துவிட்டது, 'ஹேமு டெல்லியைக் கைப்பற்றிவிட்டார்!'

ஹேமுவா? யார் அது?

அவருடைய நிஜப்பெயர் ஹேமச்சந்திரா. ஏழைக் குடும்பத்தில் பிறந்தவர். ஏதோ வியாபாரம் செய்துகொண்டிருந்தார். அரசாங்கத்தில் வேலைக்கு ஆள் சேர்க்கிறார்கள் என்றவுடன், காவல்துறையில் சேர்ந்தார். அங்கிருந்து படிப்படியாக முன்னேறி அப்போதைய டெல்லி அரசர் இஸ்லாம் ஷாவுக்கு நெருக்கமாகிவிட்டார். எந்த அளவுக்கு என்றால், அவருடைய ராணுவத்தைக் கட்டுப்படுத்தி, போர்கள், உத்திகளைத் தீர்மானிக்கும் அளவுக்கு!

ஹேமுவின் இந்த அதிவேக வளர்ச்சியை வெவ்வேறு சரித்திர ஆசிரியர்கள் வெவ்வேறுவிதமாகக் குறிப்பிடுகிறார்கள். சிலர் அவரைப் பெரும் வீரராகவும் உழைப்பை மட்டுமே நம்பி முன்னேறியவராகவும் சித்திரிக்கிறார்கள், வேறு சிலர் 'அந்த ஆள் வெறும் முரடர், திருட்டுத்தனமும் தில்லுமுல்லும் செய்து, அடுத்தவர்களை அழித்து முன்னுக்கு வந்தவர்' என்று வெறுப்பை உமிழ்கிறார்கள்.

எப்படியோ, ஹேமு பெரிய ஆளாகிவிட்டார். யார் என்ன பேசினாலும் இஸ்லாம் ஷா ஆட்சியில் அவருக்குத்தான் இரண்டாவது இடம்!

இஸ்லாம் ஷா மறைந்தபோது, அவருடைய மகன் ஆட்சிக்கு வந்தான். அவனைக் கொன்றுவிட்டு முஹம்மது அதில் ஷா என்பவர் புதிய அரசரானார்.

முஹம்மது அதில் ஷாவுக்கு ஹேமுவைப் பிடித்திருந்தது, அவரை எதிர்த்துத் தடுமாறுவதைவிட, நம் பக்கம் வளைத்துக்கொள்ளலாம் என்று முடிவெடுத்தார், 'நீதான் நம் ராஜ்ஜியத்துக்குப் பிரதம மந்திரி' என்று அறிவித்துவிட்டார்.

ஹேமு அந்தப் பொறுப்பை ஏற்றுக்கொண்டார். ஆனால் அவருக்குள் வேறு சில திட்டங்கள் இருந்தன.

அப்போது டெல்லி, சுற்றுவட்டாரங்களில் எங்கு பார்த்தாலும் அரசியல் நிலையற்ற தன்மை. சிறிய, பெரிய தேசங்களில்

யார் யாரோ ஒருவரை ஒருவர் வெட்டி வீழ்த்திக்கொண்டு பதவிக்கு வந்தார்கள், அப்புறம் மற்றவர்கள் அவர்களை வெட்டி வீழ்த்தினார்கள், எதுவும் நிரந்தரமில்லை என்கிற சூழ்நிலை.

ஹேமு இந்த நிலைமையைப் பயன்படுத்திக்கொள்ள நினைத்தார். 'எத்தனை நாளைக்குதான் அடுத்தவர்களிடம் கைகட்டிச் சேவகம் செய்வது? நாமும் ஒரு நாட்டை அடித்து ராஜாவாகிவிட்டால் என்ன?'

கிட்டத்தட்ட அதே நேரம், கிட்டத்தட்ட அதே நோக்கத்துடன் ஹுமாயூன் உள்ளே வந்தார். டெல்லி, ஆக்ரா, பஞ்சாப் உள்ளிட்ட பகுதிகளைக் கைப்பற்றி ஆட்சியில் அமர்ந்துவிட்டார்.

ஹேமுவுக்கு ஏமாற்றம். 'இந்த நேரத்தில் நாம் மொகலாயர்களைத் தாக்குவது விவேகம் அல்ல' என்று தீர்மானித்தார். நல்ல வாய்ப்புக்காகக் காத்திருந்தார்.

இப்போது, ஹுமாயூன் இறந்துவிட்டார் என்று கேள்விப்பட்டதும், ஹேமுவுக்குப் பழைய ஆசை தலைதூக்கியது. 'ஹுமாயூனுக்குச் சொல்லிக்கொள்ளும்படி வாரிசு எதுவும் இல்லை, யாரோ ஒரு சின்னப் பையனைதான் அரசனாக்குவார்கள், அதற்குள் டெல்லியை அடித்து வீழ்த்திவிடலாம்' என்று தீர்மானித்தார். புறப்பட்டார்.

டெல்லி மக்கள் அப்போது ஹுமாயூனுக்காகத் துக்கம் அனுஷ்டித்துக்கொண்டிருந்தார்கள், அக்பர் வருவார் என்று காத்திருந்தார்கள். நகரைப் பாதுகாக்கும் பொறுப்பு தர்டி பெக் என்பவரிடம் ஒப்படைக்கப்பட்டிருந்தது. ஹேமுவின் திடீர் தாக்குதலை அவர் எதிர்பார்த்திருக்கவில்லை.

ஆகவே, அதிகச் சிரமம் இல்லாமலே மொகலாயப் படைகளை வீழ்த்தி டெல்லியைக் கைப்பற்றிவிட்டார் ஹேமு. 'விக்ரமாதித்யா' என்ற பெயரில் தன்னை அரசராக அறிவித்துக்கொண்டார்.

ஹேமு படைகளிடமிருந்து எப்படியோ உயிர் பிழைத்த தர்டி பெக், மிஞ்சியதைச் சுருட்டிக்கொண்டு தப்பி ஓடினார்.

டெல்லியை நோக்கி வந்துகொண்டிருந்த அக்பரை வழியில் சந்தித்துச் செய்தி சொன்னார்.

இப்போது, அக்பர் முன்னே இரண்டு வாய்ப்புகள். ஒன்று, தைரியமாக முன்னேறிச் சென்று ஹேமுவின் படைகளைச் சந்திக்கவேண்டும். அல்லது, டெல்லி கனவை மறந்து வேறு பக்கமாகச் செல்லவேண்டும்.

மொகலாயப் படை வீரர்களில் பலர், டெல்லிக்குச் செல்ல விரும்பவில்லை. 'இந்திய மக்கள் இன்னும் நம்மை வெளிநாட்டுக்காரங்களாதான் பார்க்கறாங்க, அவங்களோட ஆதரவு இல்லாம நம்மால ஜெயிக்கவும் முடியாது, ஆட்சி செய்யவும் முடியாது.'

இந்த விதத்தில், அக்பரைவிட ஹேமு ஒரு படி முன்னே இருந்தார். அவர் இந்துவாக இருந்தபோதும், அவருடைய படையில் பெரும்பாலும் முஸ்லிம்கள்தாம். ஆகவே, இருதரப்பிலும் அவருக்கு நல்ல ஆதரவு.

அதுமட்டுமில்லை, ஹேமு நல்ல அரசராகவும் செயல்பட்டார், மக்களின் அன்பைப் பெற்றார். அதேசமயம், மொகலாயர் குறிப்பேடுகள் இதைப் பிடிவாதமாக மறுக்கின்றன. ஹேமுவைக் கொடுங்கோலர்போல் சித்திரிக்கின்றன.

அரசரானபின் அக்பர் சந்தித்த முதல் குழப்பம் அது, 'ஹேமுவைப் போர்க்களத்தில் சந்திப்பதா? அல்லது, இப்படியே திரும்பிச் செல்வதா?'

அக்பருக்குப் போரில்தான் விருப்பம், பைரம் கானும் அதையே நினைத்தார். ஆனால் அவர்களது படையினர் 'ஹேமுவோட பலத்தோட ஒப்பிடும்போது நம்மகிட்ட இருக்கிறது துளியூண்டு படை, இந்த வம்பே வேணாம், திரும்பிப் போயிடலாம்' என்றார்கள்.

திரும்பி எங்கே போவது?

பஞ்சாபுக்குப் போகலாம் என்றால், அங்கே சிக்கந்தர் ஷா சூரி இன்னும் வாலாட்டிக்கொண்டிருக்கிறார். அவரை அழிக்காமல் நாம் அங்கிருந்து ஆட்சி செய்யமுடியாது.

போகட்டும், ஹுமாயூன் புறப்பட்டு வந்த அதே வழியில் காபூலுக்குத் திரும்பிவிட்டால் என்ன? கொஞ்ச நாள் ஓய்வெடுத்துவிட்டு, படை பலத்தைப் பெருக்கிக்கொண்டு திரும்பி வந்தால் போச்சு!

அப்போது காபூல், அதைச் சுற்றியிருந்த பகுதிகள் அனைத்தும் அக்பருடைய சகோதரர் ஒருவர் பொறுப்பில் இருந்தன, அவர் பெயர், மொஹம்மது ஹகீம் மிர்ஸா.

ஒருவேளை அக்பர் பேரரசராக இருந்தால், மொஹம்மது ஹகீம் மிர்ஸா அவரை மலர் தூவி வரவேற்றிருப்பார். இப்போதுதான் எல்லாரும் மன்னர்களாகிற சூழ்நிலையாச்சே, அவர் அக்பரைத் தமது போட்டியாகத்தான் நினைப்பார், அவருக்குத் தஞ்சம் அளித்து, அவர் தன்னுடைய நாட்டை மீட்பதற்கு வேண்டிய ஆதரவைக் கொடுப்பார் என்று எந்த உத்திரவாதமும் கிடையாது.

அக்கம்பக்கத்தில் வேறு பல துண்டு துக்கடா நாடுகள் இருக்கின்றன. ஆனால் அவர்கள் எல்லாருமே, ஹுமாயூன் மரணமடைந்ததும் தங்களைச் 'சுதந்திர தேச'ங்களாக அறிவித்துக்கொண்டுவிட்டன.

மொத்தத்தில், ஹுமாயூன் கஷ்டப்பட்டு ஒருங்கிணைத்த மொகலாய சாம்ராஜ்யம், இப்போது மீண்டும் துண்டு துண்டாகச் சிதறும் அபாயம். அதைத் தவிர்ப்பதற்கு ஒரே வழியாக, ஹேமுவுடன் மோதிப்பார்த்துவிடலாம் என்று நினைத்தார் அக்பர்.

'நன்றாகச் சொன்னீர்கள்' என்றார் பைரம் கான். 'நாம் உடனடியாகத் தாக்குதலில் இறங்கவேண்டும். தாமதிக்கிற ஒவ்வொரு நிமிடமும் ஹேமுவுக்குதான் நல்லது.'

அவ்வளவுதான். எதிர்த்துப் பேசியவர்களின் வாய் அடைக்கப்பட்டது. 'நாம் இப்போதே டெல்லிக்குப் புறப்படுகிறோம். ஹேமுவுடன் மோதுகிறோம்!' என்றது அரச கட்டளை.

மறுநாள், அக்பர் படை புறப்பட்டது. இந்தச் சண்டைக்காக பைரம் கான் தேர்ந்தெடுத்த இடம், ஏற்கெனவே பாபருக்குப் பெரும் வெற்றி தேடித் தந்த பானிப்பட்.

அக்பரின் படைகள் வருகின்றன என்று கேள்விப்பட்டதும், ஹேமு உற்சாகமாகிவிட்டார். 'இந்தியாவில் மொகலாயர்களைச் சுவடு இல்லாமல் அழிப்போம்' என்று அவர் தனக்குத் தானே உறுதி பூண்டிருந்தார். இந்த யுத்தம் அதற்கு வழிவகுக்கும் என்பது அவருடைய உறுதியான நம்பிக்கை.

அந்தச் சூழ்நிலையில், எல்லாவிதங்களிலும் ஹேமுவின் கைதான் ஓங்கியிருந்தது. கொஞ்சம் நிதானமாகத் திட்டமிட்டுச் சரியானபடி வியூகம் அமைத்திருந்தால், ஹேமு நிச்சயமாக அக்பரை ஜெயித்திருப்பார்.

ஆனால், ஹேமுவின் அதீத தன்னம்பிக்கையே அவருக்கு எதிராகத் திரும்பிவிட்டது. பானிப்பட்டில் ஏற்கெனவே என்ன நடந்தது என்பதைக்கூட யோசிக்காமல், பைரம் கானின் போர்த் தந்திரங்கள் எப்படி இருக்கும் என்றெல்லாம் யோசிக்காமல், தன்னிடம் பெரிய படை உள்ளது என்கிற அலட்டலுடன் சண்டையிட வந்தார் ஹேமு. அவருடைய வீரர்களும் அவரையே லட்சிய பிம்பமாகப் பார்த்தபடி முன்னேறினார்கள்.

இதனால், பைரம் கானுக்குச் சிறு தயக்கம், ஒருவேளை, நாம் தோற்றுவிட்டால்? முன்பு ஹுமாயூன்போல் இப்போது அக்பர் தப்பி ஓடவேண்டும், பின்னர் திரும்பி வந்து இழந்ததை மீட்கவேண்டும், அதற்கான மாற்று யோசனைகள் இல்லாமல் சண்டையில் குதிக்க அவர் விரும்பவில்லை.

அக்பருடன் சில ஆயிரம் நம்பிக்கையான வீரர்களை அணி சேர்த்தார் பைரம் கான். தன்னுடைய போர் வியூகத்தில்

இந்தப் படையை முன்னே நிறுத்தாமல், போதுமான பாதுகாப்பு கொடுத்தார். போரில் மொகலாயப் படைகள் தோற்பதுபோல் தெரிந்தால், அக்பர்மட்டும் உயிர் பிழைத்துத் தப்பிச் செல்வதற்கான ஏற்பாடுகளைச் செய்தார். பானிப்பட் யுத்த களத்தின் புவியியல் அம்சங்களைக் கவனித்து, அதற்கு ஏற்பத் தனது வீரர்களை ஒழுங்கமைத்தார். போருக்குத் தயாராகிவிட்டார்!

1556ம் ஆண்டு நவம்பர் 5ம் தேதி, இரண்டாம் பானிப்பட் யுத்தம் தொடங்கியது. ஹேமு என்கிற விக்கிரமாதித்யாவே நேரடியாகச் சண்டையில் ஈடுபட்டார்.

ஆரம்பத்தில், மொகலாயர்களின் கை ஓங்குவதுபோல் தெரிந்தது. பைரம் கானின் போர்த் தந்திரங்களால், ஹேமுவுடைய யானைப்படை விரட்டியடிக்கப்பட்டது, இதனால் அவருடைய ராணுவமே நசுங்கிச் சேதமடைந்தது, எதிரியின் கையைக் கொண்டு அவருடைய கண்ணைக் குத்துவதுபோல.

இதுபோன்ற தாற்காலிகத் தோல்விகள் ஹேமுவை மேலும் ஆவேசமடையச் செய்தன. தன்னுடைய படை வீரர்களை உற்சாகப்படுத்தினார். மொகலாயர்களை அதிவேகமாகத் தாக்கி முன்னேற ஆரம்பித்தார். இதைப் பார்த்த மற்ற வீரர்களும் புது உற்சாகத்துடன் போரிட்டனர்.

இதனால், கொஞ்சம் கொஞ்சமாக கதை தலைகீழாகத் திரும்பிவிட்டது, மிக விரைவில் ஹேமுவின் கை ஓங்கியது. மொகலாயர்களுக்குப் பின்னடைவு.

இந்தச் சூழ்நிலையில், அக்பருக்குச் சாதகமாக ஓர் அதிர்ஷ்டக் காற்று வீசியது. எங்கிருந்தோ வந்த ஓர் அம்பு, ஹேமுவின் கண்ணைத் துளைத்தது. அவர் வலியில் துடித்துச் சுருண்டு விழுந்தார்.

இதைப் பார்த்த ஹேமுவின் வீரர்கள் குழம்பிப்போனார்கள். 'யானை இருக்கிறது, அதன்மேல் அம்பாரி இருக்கிறது, ஆனால் அரசரைக் காணோமே, என்ன ஆனார்? விழுந்துவிட்டாரா?

எதிரிகள் அவரைக் கொன்றுவிட்டார்களா?!'

வதந்திகள் பரவப் பரவ, ஹேமு படையினர் பயந்துபோனார்கள். அந்தச் சூழ்நிலையைப் பயன்படுத்திக்கொண்டு மொகலாயர்கள் அவர்களை ஆவேசமாகத் தாக்கத் தொடங்கினார்கள்.

பைரம் கான்போல் ஹேமு சரியான மாற்று ஏற்பாடுகளுடன் யுத்த களத்துக்கு வந்திருந்தால், ஒரு சைக்கிள் விழுந்ததும் ஒட்டுமொத்த வரிசையும் சரிவதுபோல அவருடைய படை இப்படி விழுந்திருக்காது. ஜெயிக்கும் நிலைமையில் இருந்தவர்கள் கண்மூடித் திறப்பதற்குள் தோற்றுப்போனார்கள்.

உண்மையில், ஹேமுவுக்கு என்ன ஆனது?

அந்த அம்பு தாக்கியபிறகும் அவர் உயிரோடு இருந்ததாகவும், அக்பரின் கூடாரத்துக்கு இழுத்துவரப்பட்டதாகவும் சிலர் சொல்கிறார்கள். மற்ற பல குறிப்புகளை வைத்துப் பார்க்கும்போது, போர்க்களத்திலேயே ஹேமு இறந்திருக்கவேண்டும் என்று தோன்றுகிறது.

எப்படியோ, அக்பரின் கூடாரத்துக்கு வந்தபோது, ஹேமு போரிடுகிற நிலைமையில் இல்லை. அவருடைய படையும் ஏற்கெனவே தோற்றுப்போய்விட்டது.

அக்பரிடம் பைரம் கான் சொன்னார், 'இவனை உங்கள் கையால் கொன்றுவிடுங்கள்.'

'வேண்டாம்' என்றார் அக்பர். 'இவன் ஏற்கெனவே இறந்துவிட்டதுபோல் தெரிகிறது, அசையாமல் கிடக்கிற எதிரியைக் கொல்வதில் என்ன வீரம்?'

இந்தப் பதிலைக் கேட்டு எரிச்சலடைந்த பைரம் கான், தன்னுடைய வாளால் ஹேமுவின் கழுத்தில் ஒரு போடு போட்டார். தலை தனியே துண்டானது.

இப்படியாக, இரண்டாம் பானிப்பட் யுத்தம் முடிவுக்கு வந்தது. அக்பருக்கு வெற்றி, ஆனால் அதற்கான பெருமை மொத்தமும்

பைரம் கானுக்குதான் சேரவேண்டும்.

வெற்றிக் களிப்புடன், நிஜமான பேரரசராக டெல்லிக்குள் நுழைந்த அக்பர், தன்னுடைய பதவிக்குரிய ஆசனத்தில் அமர்ந்தார். அதே வேகத்தில் ஆக்ராவும் கைப்பற்றப்பட்டது.

ஆனால், அவரால் அத்துடன் நிம்மதியாக உட்காரமுடியாது. ஹுமாயூனுக்கு நடந்த கதை நினைவிருக்கிறதல்லவா? சுற்றி எல்லாத் திசைகளிலும் வல்லூறுகள் சுற்றிக்கொண்டிருக்கின்றன, அவற்றை விரட்டிப் பிடித்து அழித்தால்தான் மொகலாய சாம்ராஜ்யத்துக்குப் பாதுகாப்பு.

அப்போது பஞ்சாபில் சிக்கந்தர் ஷா சூரியின் அராஜகம் அதிகரித்துக்கொண்டிருந்தது. ஹுமாயூனின் மரணச் செய்தி கேட்டு அக்பர் டெல்லிக்குத் திரும்பிவிட்டதால், அங்கே அவர் ஆட்டம் போடத் தொடங்கியிருந்தார்.

சிக்கந்தரை எதிர்ப்பதற்குத் தேவையான படையைத் திரட்டிக்கொண்டு அக்பரும் பைரம் கானும் புறப்பட்டார்கள். அவர் தங்கியிருந்த கோட்டையை முற்றுகையிட்டார்கள்.

அப்போதைய சூழ்நிலையில் சிக்கந்தர் ஷாவினால் அக்பரை ஜெயித்திருக்கவே முடியாது. சரண் அடைவதுதான் ஒரே வழி. ஆனாலும் அவர் அதைத் தள்ளிப்போட்டார். வேண்டுமென்றே பிடிவாதம் பிடித்தார். அது ஏன் என்று அக்பருக்குப் புரியவில்லை. 'அவன் அத்தனை பெரிய வீரனா?' என்று பைரம் கானிடம் கேட்டார்.

'வீரமெல்லாம் ஒன்றுமில்லை' என்றார் பைரம் கான். 'இதற்கு வேறு காரணம் இருக்கிறது!'

அக்பர் கொஞ்சம் யோசித்தார். விஷயம் புரிந்தது. 'கொஞ்ச நாள் பொறுத்திருந்தால், நம்முடைய நாட்டின் வேறு எல்லையில் ஏதாவது பிரச்னை வரும், நாம் அதைக் கவனிக்கச் செல்வோம், அப்போது மிச்சமிருக்கும் நம்முடைய படைகளை அழித்து ஜெயித்துவிடலாம் என்று சிக்கந்தர் திட்டமிடுகிறான். இல்லையா?'

அதாவது, ஹுமாயூன் சந்தித்த அதே பிரச்னை. வெவ்வேறு எல்லைகளில் வெவ்வேறு எதிரிகள் வாலாட்டும்போது, எந்தப் பக்கம் திரும்பினாலும் மறுபக்கம் அடி விழும்.

சிக்கந்தர் நினைத்ததுபோலவே, அப்போது டெல்லியின் எல்லைப் பகுதிகளில் சில பிரச்னைகள் கிளம்பியிருந்தன. அதனால், அக்பரும் அவரது படைகளும் ரொம்ப நாள் இங்கே பஞ்சாபில் தங்கமுடியாது என்று சிக்கந்தர் ஷா நினைத்தார்.

என்ன செய்வது என்று புரியாமல் அக்பர் குழம்பிக்கொண்டிருந்த நேரம், வங்காளத்திலிருந்து ஒரு செய்தி வந்தது, 'உங்களுடைய எதிரி, டெல்லியைத் தாக்கிப் பிடிக்கத் திட்டமிட்டிருந்த அதில்ஷா, வேறொரு போரில் இறந்துவிட்டார்.'

அக்பருக்குத் தாற்காலிக நிம்மதி. டெல்லி குழப்பத்தை மறந்து சிக்கந்தர் ஷாவைப் பணியவைப்பதில் முழு கவனம் செலுத்தத் தொடங்கினார்.

1557 ஜூலை, பல மாதத் தொடர் முற்றுகையினால் நொந்துபோயிருந்த சிக்கந்தர் ஷா இறங்கிவந்தார். அக்பரைப் பேரரசராக ஏற்றுக்கொண்டு வாழச் சம்மதித்தார்.

இதுவும், பைரம் கானின் தேர்ந்த திட்டமிடலுக்குக் கிடைத்த வெற்றிதான். அக்பர் ஆட்சிக்கு வந்த சில மாதங்களுக்குள், அவருடைய முக்கிய விரோதிகள் எல்லாரையும் களையெடுத்துவிட்டார் அவர்.

இனிமேல்தான், முக்கியமான வேலை இருக்கிறது. பல மாதங்களாகத் தொடர்ந்த போரினால் நாட்டின் நிர்வாகத்தைக் கவனிக்கமுடியவில்லை, மக்கள் நிறைய சிரமப்படுகிறார்கள், அதையெல்லாம் கவனித்துச் சரிசெய்யவேண்டும், 'நாங்கள் அந்நியர்கள் இல்லை' என்று அவர்களுக்கு நிரூபிக்கவேண்டும்.

அடுத்து, எல்லைப் பகுதிகள் ஒவ்வொன்றிலும் திறமையான அதிகாரிகள் மற்றும் படைத் தலைவர்களை நியமிக்கவேண்டும். நாளைக்கே யாரும் சட்டென்று உள்ளே புகுந்து மொகலாய

சாம்ராஜ்யத்தைக் கொத்திச் சென்றுவிட இயலாதபடி உறுதியாக்கவேண்டும்.

உண்மையில், அக்பர் இதிலெல்லாம் பெரிய ஆர்வம் காட்டவில்லை. பழையபடி வேட்டையாடுவது, யானைச் சவாரி, குதிரையில் பறந்தபடி பந்தாடுவது, நீச்சலாடுவது போன்றவற்றுக்குத் திரும்புவது எப்போது என்றுதான் ஏங்கினார். அவரது வயது அப்படி.

தவிர, வீரமும் நிர்வாகத் திறமையும் கொண்ட பைரம் கான் அருகே இருக்கும்போது, அக்பர் எதற்காகக் கவலைப்படவேண்டும்? எல்லாம் அவர் பார்த்துக்கொள்வார் என்று நம்பிய அக்பர் எல்லாப் பொறுப்புகளையும் முழுமையாக அவரிடமே ஒப்படைத்துவிட்டார்.

வெறுமனே ஒப்படைத்ததோடு நிறுத்தாமல், பைரம் கான் என்ன செய்கிறார் என்பதை அவர் கொஞ்சம் மேலோட்டமாகக் கண்காணித்திருந்தால், அது அக்பருக்கு ஒரு நல்ல பயிற்சியாகவும் அமைந்திருக்கும், அரசர் கவனிக்கிறார் என்கிற எண்ணத்தில் பைரம் கான் மேலும் பொறுப்புணர்ச்சியோடு செயல்பட்டிருப்பார்.

ஆனால் ஏனோ, அக்பருக்கு அது தோன்றவே இல்லை. 'எல்லாவற்றையும் பைரம் கான் பார்த்துக்கொள்ளட்டும்' என்று முழுச் சுதந்திரம் கொடுத்துவிட்டார்.

அக்பருக்கு பைரம் கான்மேல் இருந்த அதீத நம்பிக்கையை நம்மால் புரிந்துகொள்ளமுடிகிறது. ஆனால் அதேசமயம், ஓர் அரசர் இப்படிப் பொறுப்புகளில் இருந்து மொத்தமாக விலகிச் சென்றால் என்ன ஆகும்?

அந்தப் பொறுப்புகளை ஏற்றுள்ள நபருக்குத் தன்னம்பிக்கை வளரும். எதற்காகவும் அரசரை ஆலோசிக்காமல் தன்னிச்சையாகப் பல வேலைகளைச் செய்வார். இது மற்றவர்களுக்குத் திமிராகவோ, அராஜகமாகவோ தோன்றலாம்.

பைரம் கான் விஷயத்தில் அதுதான் நடந்தது. இயல்பாகவே அவர் கொஞ்சம் வேகமாக, முரட்டுத்தனமாகச் செயல்படுகிறவர், இப்போது வானளாவிய அதிகாரமும் சேர்ந்துகொண்டுவிட, அடுத்த சில வருடங்களில் அவர் எடுத்த பல நடவடிக்கைகள் (அவை நியாயமாகவே இருப்பினும்) மற்றவர்களுக்குச் சிடுசிடுப்பை ஏற்படுத்தின.

குறிப்பாக, அக்பரின் நெருங்கிய உறவுக்காரர்கள் பலருக்கு பைரம் கானைச் சுத்தமாகப் பிடிக்கவில்லை. பேரரசரின் ஆட்சியில் தங்களுக்கும் கொஞ்சமாவது அதிகாரம் சேர்ந்துவிடாமல் அவர் சதி செய்வதாக நினைத்தார்கள்.

இவர்கள் எல்லாரும் சேர்ந்து ஆலோசனை செய்தார்கள். 'பைரம் கானுக்கு இவ்ளோ அதிகாரமா? இது கொஞ்சம்கூட நியாயமில்லை' என்றார்கள், 'இந்த ஆள் பதவி வெறியில ஆணவத்தோட நடந்துக்கறார், அக்பரையோ அவரோட உறவுக்காரங்களையோகூட மதிக்கறதில்லை' என்று கொதித்தார்கள்.

'அக்பர் சின்னப் பிள்ளையா இருந்தப்போ இவர் அவருக்கு ஆதரவா இருந்திருக்கார், உடையவிருந்த மொகலாய சாம்ராஜ்யத்தைக் காப்பாத்தி ஒழுங்குபடுத்தியிருக்கார், அதுக்கப்புறம் அவர் சார்பா ஆட்சி, நிர்வாகத்தைக் கவனிச்சுக்கிட்டிருக்கார், எல்லாம் சரிதான், ஆனா அதுக்காக இப்போ அவர் பதினெட்டு வயசைத் தாண்டினப்புறமும் இவரே அதிகாரம் செய்யணுமா? இது என்ன நியாயம்? அக்பர் என்ன வெறும் பொம்மையா?'

'அதுக்கு நாம என்ன செய்யறது? அக்பர் அவரைத்தானே முரட்டுத்தனமா நம்பறார்.'

'ஏதாச்சும் செய்யணும், எப்படியாவது இந்த ராஜாவையும் கூஜாவையும் பிரிக்கணும்!'

★★★

8. வலை பாய்தல்

சின்னக் குழந்தைகளுக்கு ஏதாவது சொல்லித்தந்தால், அக்கறையாகக் கேட்டுக்கொள்வார்கள். கொஞ்சம் வளர்ந்துவிட்டால், 'எல்லாம் எனக்குத் தெரியும், நீ என்ன சொல்றது?' என்று எகிறுவார்கள்.

பேரரசர் அக்பர் மற்றும் பிரதம மந்திரி பைரம் கான் இடையிலான உறவும்கூட, கிட்டத்தட்ட அப்படி ஒரு நிலையை நோக்கித்தான் நகர்ந்துகொண்டிருந்தது.

அக்பர் பிறந்தபோதிலிருந்து அவரைப் பார்த்துக்கொண்டிருக்கிறவர் பைரம் கான். ஆகவே, அவரை ஓர் அரசரைப்போலன்றி, சொந்த மகனைப்போலவே நேசம் காட்டினார் அவர்.

பின்னர் அக்பர் அரசரானபோது, விளையாடுகிற வயதில் ராஜாங்கக் கவலைகளை அவர் தலையில் சுமத்தவேண்டாமே என்கிற அக்கறையில் பைரம் கான் தன்னிச்சையாகச் செயல்படத் தொடங்கினார். நிர்வாக விஷயங்களில் அக்பருக்கு (அப்போது) ஆர்வம் இல்லை என்பது அவருக்கு இன்னும் வசதியாகிவிட்டது.

இந்த அதிகாரத்தை அவர் துஷ்பிரயோகம் செய்தாரா, தனக்குச் சாதகமாகப் பயன்படுத்திக்கொண்டாரா, அக்பரை வெறும்

பொம்மைபோல் வைத்துவிட்டு இவர் ஆட்சி நடத்தினாரா என்கிற கேள்விகளுக்கு நிச்சயமான பதில் சொல்வது சிரமம். இப்போதைக்கு, பைரம் கான் அக்பரை எப்போதும் அறியாப் பாலகனைப்போல்தான் நடத்திவந்தார் என்பதுமட்டும் உறுதி.

அக்பர் வளர வளர, அவருக்கு ஆட்சி தொடர்பான விஷயங்களில் ஆர்வம் அதிகரித்தது. பல விஷயங்களில் குறுக்கிட்டுத் தன்னுடைய கருத்துகளைச் சொல்ல ஆரம்பித்தார், பல்வேறு குறுக்குக் கேள்விகளைக் கேட்கத் தொடங்கினார்.

இது பைரம் கானுக்குப் புரியவில்லை. 'உனக்கு ஒண்ணும் தெரியாது, சும்மா இரு' என்கிற ரேஞ்சுக்கு அவரை அடக்கிவிட்டுத் தன் போக்கில் செயல்பட்டுக்கொண்டிருந்தார்.

விளைவு, பைரம் கான் எடுத்த பல நடவடிக்கைகள் அக்பருக்குப் பிடிக்கவில்லை. 'இவர் ராஜாவா? நான் ராஜாவா?' என்றுகூட அவர் எரிச்சலுடன் நினைத்திருக்கவேண்டும்.

அதேசமயம், பைரம் கான்மீது அவர் வைத்திருந்த மரியாதை காரணமாக, அக்பர் அவருக்கு எதிராக எந்த நடவடிக்கையும் எடுக்கவில்லை. அப்படி யோசிக்கக்கூட இல்லை.

இப்படியே போனால், அக்பர் நிரந்தர பொம்மை ஆகிவிடுவார் என்று யோசித்த அவரது உறவினர்கள் (பெரும்பாலும் அரச குடும்பப் பெண்கள்) அவரைத் தனியே அழைத்து தூபம் போட ஆரம்பித்தார்கள், 'அரசே, இப்ப உங்க வயசு பதினெட்டு, இதுக்குமேல நீங்க தனியாச் செயல்படவேண்டாமா? உங்களுக்கு பைரம் கான் தேவையா?'

அவர்கள் சொல்வதில் இருக்கும் நியாயம் அக்பருக்குப் புரிந்தது. பைரம் கான் தங்களை எப்படியெல்லாம் நடத்துகிறார் என்று அவர்கள் விவரிக்க, அக்பர் வேதனைப்பட்டார். ஆனால், பைரமை மீறித் தன்னால் என்ன செய்யமுடியும் என்று அவருக்குச் சுத்தமாகப் புரியவில்லை.

அக்பரைத் தங்கள் பக்கம் இழுத்துக்கொண்டிருந்த அந்தப்புர கோஷ்டியில் ஒருவர், மஹம் அங்கா. சின்ன வயதில் அக்பரை

வளர்த்த தாதி. அவர்மீது அக்பருக்குப் பெரும் மரியாதை உண்டு.

இந்த மஹம் அங்காவுக்கு ஒரு மகன் உண்டு. அவன் பெயர் ஆதம் கான். அக்பருடைய படையில் ஒரு முக்கியப் பொறுப்பில் இருந்தான்.

அக்பர், ஆதம் கான் இருவரையுமே வளர்த்தது மஹம் அங்காதான் என்பதால், சின்ன வயதிலிருந்து அவர்கள் நல்ல சிநேகிதர்களாக இருந்தார்கள். ஆதமைத் தன்னுடைய சகோதரரைப்போலவே நடத்தினார் அக்பர்.

மஹம் அங்கா, ஆதம் கான் இருவர்மீதும் அக்பர் எந்த அளவு மரியாதை வைத்திருந்தார் என்பதற்கு ஒரு நல்ல சாட்சி, ஆதமின் திருமண ஓவியம். அதில் பேரரசர் அக்பருக்கு மிக அருகே அமர்ந்திருக்கிறார் மஹம் அங்கா. இந்த கௌரவம் எல்லாருக்கும் கிடைத்துவிடாது!

ஆனால், மஹம் அங்காவுக்கு இந்த மரியாதையெல்லாம் போதவில்லை. பைரம் கானின் ஆதிக்கத்தை அவர் வெறுத்தார், அந்த இடத்தில் தன் மகனை உட்காரவைக்கவேண்டும், அதன்மூலம் நிறைய பணம், அதிகாரத்தைச் சம்பாதிக்கவேண்டும் என்று விரும்பினார். அதற்காகத் திட்டமிட்டுக் காய்களை நகர்த்த ஆரம்பித்தார்.

அப்போது அக்பர், பைரம் கான் இருவரும் ஆக்ராவில் இருந்தார்கள். அங்கே ஓய்வு நேரத்தில் நண்பர்களுடன் வேட்டையாடச் செல்வது அக்பருடைய வழக்கம்.

அப்படி ஒருநாள், அக்பர் கோஷ்டி வேட்டைக்குக் கிளம்பியது. ஆனால், இந்தமுறை அவர்களிடம் வழக்கத்தைவிட அதிகக் குதிரைகள், அதிகப் பெட்டிகள், பொருள்கள்...

அக்பர் நகர எல்லையைத் தாண்டியவுடன், மஹம் அங்கா அவருடன் சேர்ந்துகொண்டார், 'மகனே, நாம் இப்போது டெல்லிக்குச் செல்கிறோம்' என்றார்.

'டெல்லிக்கா? ஏன்?'

'அந்த பைரம் கானின் பிடியிலிருந்து உன்னை விடுவிக்கவும், நிம்மதியாகப் பேசுவதற்கும் எனக்கு வேறு வழி தெரியவில்லை' என்றார் மஹம் அங்கா. 'டெல்லிக்குச் சென்றபின், அடுத்து என்ன செய்வது என்பதை யோசிப்போம்!'

ஒருவிதத்தில், அக்பருக்கும் இந்த ஏற்பாடு பிடித்திருந்தது. பைரம் கானின் முகத்துக்கு எதிராக அவரால் எதுவும் சொல்லமுடியாது. கொஞ்சம் விலகிச் சென்றாலாவது நல்லது நடக்கிறதா என்று பார்ப்போம்.

அக்பர் சுறுசுறுப்பாக டெல்லி சென்று சேர்ந்தார். அங்கே அவரை மூளைச் சலவை செய்வதற்கு ஒரு பெரிய குழுவே காத்திருந்தது. எல்லாரும், பைரம் கான்மீது அதிருப்தி கொண்டவர்கள்!

இவர்கள் பேசப்பேச, அக்பருக்கு தான் ஒரு பெரிய தவறு செய்துகொண்டிருக்கிறோம் என்று தோன்றியது. 'எனக்குப் பதினெட்டு வயது தாண்டியபிறகும் இன்னொருவர் கையில் முழு அதிகாரத்தையும் ஏன் விட்டுவைத்திருக்கவேண்டும்? தவறில்லையோ? ஆபத்தில்லையோ? நாளைக்கே பைரம் கான் மனம் மாறி எனக்கு எதிராகத் திரும்பிவிட்டால்?'

'வேறு வழியில்லை, பைரம் கானை அந்தப் பொறுப்பிலிருந்து விடுவித்துவிடவேண்டியதுதான்' என்று தீர்மானித்தார் அக்பர். உடனே அதற்கான உத்தரவை அனுப்பினார்.

அப்போது அக்பருக்குப் புரியாத விஷயம், அவர் ஒரு வலையிலிருந்து இன்னொரு வலைக்குத் தாவிக்கொண்டிருக்கிறார், பைரம் கானின் கட்டுப்பாடுகளில் இருந்து விடுபடுவதற்காக, அரண்மனைப் பெண்களுடைய கட்டுப்பாட்டில் சிக்கிக்கொள்வது புத்திசாலித்தனமா?

அக்பரின் உத்தரவு கையில் கிடைத்தவுடன் பைரம் கான் இதைத்தான் நினைத்திருப்பார். ஆனால், அதை எடுத்துச்

சொன்னால் புரிந்துகொள்கிற மனோநிலையில் அக்பர் இல்லை. இதைத் தவிர்ப்பதற்காகத்தானே அவர் எங்கேயோ டெல்லியில் போய் உட்கார்ந்துகொண்டிருக்கிறார்?

பைரம் கான் யோசித்தார். இப்போது என்ன செய்வது? அரசரின் உத்தரவை ஏற்றுக்கொள்வதா? அல்லது, அவரை எதிர்த்து ஆயுதம் ஏந்துவதா?

கிட்டத்தட்ட இதேமாதிரி சூழ்நிலையில் ஹேமு தன்னுடைய அரசருக்கு எதிராகத் திரும்பித் தானே சக்கரவர்த்தியாக முடிசூட்டிக்கொண்டார். ஆனால் அக்பருக்கு அப்படித் துரோகம் செய்ய பைரம் கானுக்கு மனம் வரவில்லை. அரசருடைய விருப்பத்துக்கு எதிராக எதையும் செய்வதில்லை என்று தீர்மானித்துவிட்டார்.

உடனடியாக, அக்பருக்குப் பதில் அனுப்பினார், 'இத்தனை நாளாக இந்த சாம்ராஜ்யத்தை நிர்வகிக்க எனக்கு வாய்ப்பு வழங்கினீர்கள், நன்றி. இனி இந்த நாடு உங்கள் கையில் மேலும் சிறப்பாகத் திகழட்டும். நான் விலகிக்கொள்கிறேன்.'

'வெறுமனே விலகுகிறேன் என்று சொன்னால் போதுமா?' என்றது பைரம் கானின் எதிர் கோஷ்டி, 'நாளைக்கே இவர் அக்பர்மீது படையெடுத்து வரமாட்டார் என்று என்ன நிச்சயம்?'

'எனக்கு வயதாகிவிட்டது, இனிமேல் ராணுவம், நிர்வாகப் பொறுப்புகளைச் சமாளிக்கமுடியாது' தானே விலகிக்கொள்வதுபோல் பேசினார் பைரம் கான். 'நான் மெக்காவுக்குப் புனிதப் பயணம் செல்லத் தீர்மானித்துவிட்டேன்.'

மஹம் அங்காவும் மற்ற பெண்களும் நிம்மதிப் பெருமூச்சு விட்டார்கள். 'ஒருவழியாக இந்த ஆளைத் துரத்தியாகிவிட்டது. இனிமேல் அக்பர் நம் கைப்பிடியில் இருப்பார்!'

ஆனால், அவர்கள் நினைத்ததுபோல் பைரம் கான் உடனே மெக்காவுக்குப் புறப்படவில்லை. அந்தப் பயணத்துக்குத் தேவையான தொகையைத் திரட்டுவதற்காகப் பஞ்சாப் வந்தார்.

இதுதான் சந்தர்ப்பம் என்று அக்பரிடம் ஓடியது மஹம் அங்கா குழு. 'பாருங்கள் அரசே, அந்த பைரம் கான் உங்களுக்கு எதிராகப் படை திரட்ட ஆரம்பித்துவிட்டார்' என்றது, 'இல்லையென்றால், மெக்காவுக்குப் போகவேண்டிய ஆள் ஏன் பஞ்சாப் வரவேண்டும்?'

அவர்கள் பேசுவதைக் கேட்டுக் கேட்டு, பைரம் கான் தன்னுடைய ஆட்சியைப் பிடிக்க நினைக்கிறார் என்று சிந்திக்கும் அளவுக்குச் சென்றுவிட்டார் அக்பர். அப்படி அவரை நம்பவைத்துவிட்டார்கள்.

உடனடியாக, பைரம் கானுக்கு இன்னோர் உத்தரவு சென்றது. 'உங்களுடைய பயணச் செலவுகளை நாங்கள் பார்த்துக்கொள்கிறோம். உடனே புறப்படுங்கள்.'

முதன்முறையாக, பைரம் கானுக்குச் சந்தேகம் தட்டியது. 'ஏன் இந்த அவசரம்? நான் உடனே மெக்காவுக்குச் செல்வதில் யாருக்கு என்ன லாபம்? அரசர் வேறு ஒருவருடைய பிடியில் இருக்கிறாரோ?'

அவர் தயங்குவதைப் பார்த்ததும், அக்பருக்கு எரிச்சல் அதிகரித்தது. பைரம் கானைப் பிடிப்பதற்காக ஒரு படையை அனுப்பிவைத்தார், 'அவர் என்னதான் மனத்தில் நினைத்திருக்கிறார் என்று கொஞ்சம் விசாரித்துவிட்டு வாருங்கள்.'

இந்தப் படையைப் பார்த்தவுடன், பைரம் கானின் சந்தேகம் உறுதியாகிவிட்டது. தன்மேல் குற்றம் எதுவும் இல்லை என்பதை நிரூபிப்பதற்காகவேனும், போர் செய்யவேண்டிய கட்டாயத்துக்குத் தள்ளப்பட்டார்.

அப்போதும், அவர் மொகலாய ராணுவத்தின் பெரும்பகுதியைத் தன்பக்கம் திருப்பிக்கொள்ளவேண்டும் என்று முயற்சி செய்யவில்லை. தன்னைத் தாக்க வந்தவர்களை எதிர்த்து நின்றார். படை பலம் போதாமல் தோற்றுப்போனார்.

இதையடுத்து, பைரம் கான் அக்பரிடம் அழைத்துச் செல்லப்பட்டார். முன்னாள் வாத்தியாரும், இன்னாள் அரசரும் விரோதிகளைப்போல் ஒருவரை ஒருவர் பார்த்துக்கொண்ட காட்சி அது. நெகிழ்ச்சி கொஞ்சம், அதட்டல் கொஞ்சம், தன்மானம் கொஞ்சம், பாசம் மிச்சம்.

அப்போது, அக்பர் நினைத்தால் பைரம் கானைக் கொன்றிருக்கலாம். ஆனால் அவருக்குப் பைரம் கான்மீது வருத்தம்தானே தவிர, கோபம் எதுவும் இல்லை. அவர் ஆட்சி அதிகாரங்களில் தலையிடாமல் ஒதுங்கிக்கிடந்தால் போதும் என்று நினைத்தார். அதற்காக, அவருக்கு மூன்று வாய்ப்புகளைக் கொடுத்தார்.

'ஒன்று, நம் ராஜ்ஜியத்தில் ஏதாவது ஒரு பிரதேசத்துக்குக் கவர்னராக இருங்கள். அல்லது, இங்கேயே எங்களுக்கு ஆலோசகராக (அதிகாரம் இல்லாமல்) இருங்கள், அல்லது, நீங்களே சொன்னபடி மெக்காவுக்குச் சென்றுவிடுங்கள்.'

ராஜ பரம்பரையில் பிறந்தவர், பல ஆண்டுகளாக முதல் நிலை அதிகாரியாகப் பெரும் மரியாதையுடன், அதிகார பலத்துடன் வாழ்ந்தவர், அப்பேர்ப்பட்ட பைரம் கானுக்கு அக்பர் கொடுத்த முதல் இரண்டு வாய்ப்புகளும் பிடிக்கவில்லை. 'நான் மெக்காவுக்கே செல்கிறேன்' என்று சொல்லிவிட்டார்.

அக்பரும் இதனை ஏற்றுக்கொண்டார். பயணத்துக்குத் தேவையான ஏற்பாடுகளைச் செய்துகொடுத்து பைரம் கானை மரியாதையுடன் வழியனுப்பிவைத்தார்.

இப்படி அதிகப் பாதுகாப்பு இல்லாமல் புறப்பட்டுச் சென்ற பைரம் கானை அவரது பழைய எதிரிகள் சிலர் அடையாளம் கண்டுகொண்டார்கள். அவரைச் சூழ்ந்து தாக்கிக் கொன்றுவிட்டார்கள்.

வாழ்நாள்முழுவதும் மொகலாய அரசர்களின் விசுவாசியாக வாழ்ந்த பைரம் கானின் இறுதி நாள்கள் இப்படி அமைந்தது சோகம்தான். அக்பரின் பாதுகாப்பாளராக அதிகாரத்தில்

இருந்தபோது அவர் சேர்த்துக்கொண்ட விரோதங்கள் அவரைத் திட்டமிட்டுப் பழிவாங்கிவிட்டன.

முதலில் பாபர், பிறகு ஹுமாயூன், நிறைவாக அக்பர் என்று மூவருமே இந்தியாவில் மொகலாய ஆட்சியை அமைப்பதற்கும் உறுதிப்படுத்துவதற்கும் பைரம் கான் துணை நின்றிருக்கிறார். அவர்மட்டும் இருந்திராவிட்டால் ஹுமாயூன், அக்பரின் வாழ்க்கை எப்படித் திசைமாறிச் சென்றிருக்கும் என்று யாராலும் சொல்லமுடியாது.

பைரம் கான் புறப்பட்டுச் சென்றபின்னர், அவரிடமிருந்த அதிகாரங்கள் பல மஹம் அங்காவுக்கும் அவர் மகன் ஆதம் கானுக்கும் வந்து சேர்ந்தன. இதனால், அடுத்த பல மாதங்களுக்கு அக்பருடைய ராஜ்ஜியம், உண்மையில் அல்லி ராஜ்ஜியமாகவே இருந்தது.

இதனால், வளர்ப்புத் தாய் மஹம் அங்கா, வளர்ப்புச் சகோதரன் ஆதம் கான் செய்த தில்லுமுல்லுகள் அக்பருடைய பார்வையில் படவில்லை. ஒருவேளை பட்டாலும், அவர் அவற்றைப் பெரிதாகக் கண்டுகொள்ளவில்லை.

இந்த வாய்ப்பைப் பயன்படுத்திக்கொண்டு, அவர்கள் எல்லா அதிகாரங்களையும் வளைக்க ஆரம்பித்தார்கள். சகலத்தையும் தங்கள் நலனுக்குச் சாதகமாகமட்டுமே பயன்படுத்தினார்கள். சும்மா மேல்பார்வைக்கு, எல்லாம் அக்பரின் ஆணைப்படியே நடப்பதுபோன்ற ஒரு தோற்றத்தை உருவாக்கினார்கள்.

இதைக் கவனித்த மற்ற மந்திரிகள், அதிகாரிகள் 'அரசர் இப்படி எடுப்பார் கைப்பிள்ளையாக இருக்கிறாரே' என்று தங்களுக்குள் உச்சுக்கொட்டினார்கள். ஆனால் அதை வெளிப்படையாகச் சொல்லும் தைரியம் அவர்களுக்கு இல்லை. மஹம் அங்கா, ஆதம் கான் உள்ளிட்டோர் அவர்களை அப்படி மிரட்டிவைத்திருந்தார்கள்.

நல்லவேளையாக, அக்பர் முன்புபோல் இல்லை, நிறைய மாறியிருந்தார். பைரம் கான் அனுபவத்துக்குப்பிறகு, அவர்

கொஞ்சம் விழித்துக்கொண்டிருந்தார். தன்னைச் சுற்றி என்ன நடக்கிறது என்று கூர்ந்து கவனிக்கத் தொடங்கியிருந்தார். யார் தப்பு செய்தாலும் அதனை உடனே கண்டுகொள்கிற சூட்சுமப் பார்வையை வளர்த்துக்கொள்ள முயன்றார்.

இதனால், எங்கேயோ ஏதோ தப்பு நடக்கிறது என்று அவருக்குப் புரிந்துவிட்டது. அதற்குக் காரணம் தன்னுடைய வளர்ப்புத் தாய், சகோதரர்தான் என்று தெரிந்தபோதும், உறுதியான நடவடிக்கை எடுக்கத் தயங்கினார். முழுசாக விசாரிக்காமல், சரியாகப் புரிந்துகொள்ளாமல் அவசரப்படுகிறோமோ என்கிற சந்தேகம் ஒருபக்கம், அவர்கள் எது செய்தாலும் தன் நலனுக்காகத்தான் இருக்கும் என்கிற நம்பிக்கை இன்னொருபக்கம்.

உண்மையில் மஹம் அங்காவும் அவர் மகனும் முழுக்க முழுக்க அவர்களுடைய சொந்த நலனைமட்டுமே அடிப்படையாகக் கொண்டு செயல்பட்டுக்கொண்டிருந்தார்கள். முன்பு பைரம் கான்மீது அவர்கள் சுமத்திய குற்றச்சாட்டுகள் அனைத்துக்கும் முழுத் தகுதி கொண்டவர்கள், அவர்களேதான்.

ஒருகட்டத்தில், அக்பர் விழித்துக்கொண்டார். பைரம் கானோ, ஆதம் கானோ, அதிகாரம் ஒரே இடத்தில் குவிவது நல்லதில்லை என்று அவருக்குத் தோன்றியது. பொறுப்புகளைப் பலருக்குப் பகிர்ந்து கொடுப்பது, வெளிப்படையாகக் கண்காணிப்பது, தவறுகளுக்குக் கடுமையான தண்டனைகளைத் தருவது என்று படிப்படியாக முன்னேற ஆரம்பித்தார்.

இதனால், ஆதம் கானுக்கு மிகப் பெரிய பின்னடைவு. கிட்டத்தட்ட மினி ராஜாவைப்போன்ற அதிகாரத்துடன் உலா வந்த அவர், திடுதிப்பென்று ஒருநாள் சாதாரண அதிகாரி ரேஞ்சுக்குத் தள்ளப்பட்டார். எப்போதும் தங்களுடைய தோளுக்குப் பின்னாலிருந்து அக்பரோ, அவரால் நியமிக்கப்பட்டவர்களோ தொடர்ந்து நோட்டமிடுவதை அவராலும் மஹம் அங்காவாலும் பொறுத்துக்கொள்ளமுடியவில்லை.

அதேசமயம் மஹம் அங்கா தன்னுடைய அதிருப்தியை வெளிப்படையாகச் சொல்லத் தயங்கினார். அதன்மூலம் சுயநலக் குட்டு வெளிப்பட்டுவிடுமோ என்கிற பயம்.

இந்த நேரத்தில், அக்பர் மனத்தில் ஒரு புதுத் திட்டம் தோன்றியது, மால்வாவின்மீது படையெடுப்பது!

செழிப்பான தேசமாகிய மால்வாவை அப்போது ஆட்சி செய்துகொண்டிருந்த ராஜாவின் பெயர் பாஜ் பஹதூர், பெரிய கலை ரசிகர், உல்லாசப் பேர்வழி, ஆனால், மக்களைக் கவனிக்கத் தெரியவில்லை.

இதனால், மால்வா ராஜ்ஜியத்திலிருந்த பொதுஜனங்கள் மிகவும் இன்னலுக்கு உள்ளானார்கள். இப்போது அடித்தால், அதனைச் சுலபமாக ஜெயித்து மொகலாய அரசுடன் சேர்த்துவிடலாம் என்று அக்பருக்குத் தோன்றியது. அதற்கான படைகளைத் திரட்டுவதற்கு உத்தரவிட்டார்.

பைரம் கான் உயிரோடு இருந்திருந்தால், இந்தச் சண்டைக்கும் அவர்தான் தளபதியாக இருந்திருப்பார். இப்போது, அவருக்குப் பதில் போர்க்களம் செல்லப்போவது யார்?

மால்வாவின் செல்வ வளத்தைப்பற்றி ஏற்கெனவே கேள்விப்பட்டிருந்த ஆதம் கானுக்கு, அங்கே சென்று கொள்ளையடிக்க ஆசை. அம்மா சிபாரிசில் அதற்கு அக்பரின் ஆதரவைப் பெற்றுவிட்டார்.

இதைக் கேள்விப்பட்ட பலருக்கு ஆச்சர்யம், சிலருக்குக் கொதிப்பு. 'தகுதி, திறமை, அனுபவம் கொண்ட நல்ல படைத் தளபதிகள் பல பேர் இருக்கும்போது, முக்கியமான இந்தப் பயணத்துக்கு ஆதம் கானைத் தேர்ந்தெடுக்கவேண்டிய அவசியம் என்ன?'

யார் முணுமுணுத்தால் என்ன? ஆதம் கான் தலைமையில் படை புறப்பட்டுவிட்டது. அவர்கள் அதிவேகமாக மால்வாவை நோக்கிப் பயணம் செய்தார்கள்.

அங்கே பாஜ் பஹதூருக்குத் தொடை நடுங்க ஆரம்பித்திருந்தது. மொகலாயப் படைகளை எதிர்த்துப் போரிடத் துணிச்சல் இல்லாத அவர், தப்பிச் செல்ல முடிவெடுத்துவிட்டார்.

இதனால், அதிகச் சிரமம் இல்லாமலே ஆதம் கான் மால்வாவைக் கைப்பற்றினார். வளமான நாடு, ஏகப்பட்ட தங்கம், விலை மதிக்கமுடியாத ரத்தினங்கள், நகைகள், யானைகள்... முக்கியமாக, அழகழகான பெண்கள்!

ஆதம் கானின் கண்கள் பளபளத்தன. அவர் இதுவரை பார்க்காத செல்வம், ஆடம்பரம், ஆனந்தம், உல்லாச வாழ்க்கை. அப்படியே விழுந்து மூழ்கிவிட்டார்.

ஒருபக்கம் ஆதம் கானும் அவரது முக்கியத் தளபதிகளும் கேளிக்கையின் மிதக்க, இன்னொருபக்கம் மொகலாயப் படைகள் மால்வா நகர மக்களைத் துன்புறுத்தி அவர்களது செல்வங்களைச் சுருட்ட ஆரம்பித்தார்கள். பெண்கள், குழந்தைகள், வயதானவர்கள் என்று இரக்கமே பார்க்காமல் எல்லாரையும் கொடுமைப்படுத்தினார்கள்.

யோசித்துப்பாருங்கள், ஆதம் கானின் படை இப்படிக் கூத்தடித்தால், யாருடைய பெயர் கெட்டுப்போகும்? அவர்களை அங்கே அனுப்பிய அக்பருக்கு அல்லவா அவமானம்?

தவிர, இப்படி ஓர் அரசரால் அனுப்பப்பட்டு இன்னொரு தேசத்தை ஜெயித்த படைத் தளபதி, அங்குள்ள செல்வங்களையெல்லாம் தன்னுடைய முதலாளிக்கு, அதாவது அந்த அரசருடைய கஜானாவுக்குதான் அனுப்பவேண்டும். புதிய தேசத்தை நிர்வகிப்பதில் அவருடைய பிரதிநிதியாகமட்டுமே செயல்படவேண்டும்.

ஆனால், வெற்றி மயக்கம் ஆதம் கானின் கண்களை மறைத்துவிட்டது. அக்பர் என்று ஒருவர் இருப்பதையே அவர் மறந்துவிட்டார். எந்நேரமும் குடி, கூத்து என்று மயங்கிக் கிடந்தார். 'மால்வாவில் ஜெயித்தது' என்று சும்மா பேருக்குச் சில யானைகளைமட்டும் அனுப்பிவிட்டு மிச்சத்தைத் தானே சுருட்டிவிட்டார்.

இப்படி ஏதாவது நிகழக்கூடும் என்று அக்பர் ஏற்கெனவே ஊகித்திருந்தார். அதனால், ஆதம் கானின் படையில் சில

உளவாளிகளை நுழைத்திருந்தார். அவர்கள் மால்வாவில் நடப்பதையெல்லாம் அவருக்குத் தெரிவித்துவிட்டார்கள்.

அக்பர் கொதித்துப்போனார். ஆத்திரத்துடன் மால்வாவுக்குப் புறப்பட்டார்.

இந்த விஷயத்தைக் கேள்விப்பட்ட மஹம் அங்காவுக்குப் பெரும் அதிர்ச்சி. அக்பர் இருக்கும் கோபத்தில் தன் மகனுடைய உயிர் பிழைக்குமா என்று கவலை கொண்டார் அவர்.

உடனடியாக, சில தூதர்களை அழைத்தார் மஹம் அங்கா, 'எப்படியாவது குறுக்குவழியில வேகமாப் போய் ஆதம் கானைப் பாருங்க, அக்பர் அங்கே வந்துகிட்டிருக்கார்ங்கற விஷயத்தைச் சொல்லுங்க.'

ஆனால், இந்தத் தூதர்கள் மால்வாவுக்குப் போய் ஆதம் கானை எச்சரிப்பதற்குள், அக்பரே அங்கு சென்றுவிட்டார். அந்த நகரை ஆதம் கான் ஆள்கள் என்ன பாடு படுத்தியிருக்கிறார்கள் என்பதையெல்லாம் அவரே கண்கூடாகப் பார்த்துவிட்டார்.

அதுமட்டுமில்லை, மால்வாவில் கைப்பற்றிய செல்வத்தையெல்லாம் ஆதம் கான் தானே அனுபவித்துக்கொண்டிருப்பதையும் அக்பர் பார்த்தாகிவிட்டது. இதற்கெல்லாம் என்ன தண்டனை?

அப்போது அக்பர் இருந்த கோபத்துக்கு, ஆதம் கான் அங்கேயே எரிந்துபோயிருக்கவேண்டும். தன்னோடு வளர்ந்தவர் என்பதாலேயோ என்னவோ, அக்பர் கொஞ்சம் யோசித்தார்.

அந்தச் சந்தர்ப்பத்தைப் பயன்படுத்திக்கொண்டு, ஆதம் கான் அவர் காலில் விழுந்தார். தான் கைப்பற்றிய எல்லாவற்றையும் அக்பரிடம் ஒப்படைத்தார். தன்னுடைய தவறுக்கு மன்னிப்பு கேட்டார்.

பின்னாலேயே வந்து சேர்ந்த மஹம் அங்காவும் அக்பரிடம் தன்மையாகப் பேசி அக்பரைச் சமாதானப்படுத்திவிட்டார். 'இனிமேல் ஆதம் கான் எந்தத் தப்பும் செய்யமாட்டான்.'

அக்பர் மறுபடியும் இறங்கிவந்தார். 'நீ இத்தனை நாளாக மொகலாய சாம்ராஜ்யத்துக்குச் செய்த சேவைகளுக்காக, இந்த ஒருமுறைமட்டும் உன்னை மன்னிக்கிறேன்' என்றார்.

ஆனால், அக்பரின் தலை திரும்பியதும், ஆதம் கான் பழையபடி ஆணவத்தில் ஆட ஆரம்பித்துவிட்டார். துரோகங்களும் கட்டுப்பாடற்றதன்மையும் தொடர்ந்தது.

இதெல்லாம் அக்பர் காதை எட்டியதும், அவர் ஆதம் கானை டிஸ்மிஸ் செய்துவிட்டார். 'நீ மால்வாவில் கிழித்தது போதும், ஒழுங்காக ஊருக்கு வந்து சேர்!'

இத்தனை பட்டபிறகும், ஆதம் கான் முழுசாகத் திருந்தியிருக்கவில்லை, தன்னுடைய தவறைக்கூட உணர்ந்திருக்கவில்லை. அக்பரின் அவையில் தன்னுடைய அதே பழைய பதவி, அதிகாரங்களை எதிர்பார்த்தார் அவர்.

அக்பர் இதற்குத் தயாராக இல்லை. 'ஏதோ சொந்த சகோதரனைப் போல் பழகிவிட்டதற்காக, உனக்கு மரியாதை தருகிறேன், எப்போதும்போல் அரசவைக்கு வந்து போய்க்கொண்டிரு, சம்பளம் வாங்கிக்கொள், வசதிகளை அனுபவித்துக்கொள், மற்றபடி ஆட்சி, நிர்வாகத்தில் அதிகாரமெல்லாம் கிடையாது!'

அப்படியானால், முன்பு பைரம் கானும், பின்னர் ஆதம் கானும் கவனித்துக்கொண்டிருந்த பொறுப்புகளையெல்லாம் இப்போது யார் செய்கிறார்கள்?

அதற்காக, காபூலில் இருந்து ஒரு திறமைசாலியை வரவழைத்துத் தலைமை அமைச்சராக்கியிருந்தார் அக்பர். அவர் பெயர் ஷம்சுதீன் அட்கா கான்.

புதிய தலைமை அமைச்சர் வந்தபிறகு, மஹம் அங்கா, ஆதம் கான் வசமிருந்த மற்ற அதிகாரங்களும் கொஞ்சம் கொஞ்சமாகப் பறிபோய்விட்டன. இதுவும் அக்பர் கவனமாக யோசித்து எடுத்த தீர்மானம்தான்.

ஆக, அக்பர்மீது ஆதிக்கம் செலுத்திவந்த அல்லி ராஜ்ஜியத்தின் பிடி மெதுவாக நழுவத் தொடங்கியது. 'இனிமேல் நிர்வாக விஷயங்கள் எல்லாவற்றையும் ஷம்சுதீன் அட்கா கான்மட்டுமே கவனித்துக்கொள்வார்' என்று பகிரங்கமாக அறிவித்துவிட்டார் அக்பர்.

அதற்கு ஏற்ப, ஷம்சுதீன் மிகச் சிறப்பாகச் செயல்பட்டார். அதுவரை மஹம் அங்கா குழுவினர் தலைமையில் முற்றிலும் சுயநலப்போக்குடன் இயக்கப்பட்டுக்கொண்டிருந்த அரசு இயந்திரம் அவரது வழிகாட்டுதலில் அருமையாக இயங்கியது. பொதுமக்கள் மத்தியில் அக்பரின் செல்வாக்கு படிப்படியாக அதிகரித்தது.

இதனால், அரசாங்க வட்டாரங்களில் ஷம்சுதீனுக்கு மிக நல்ல பெயர். எல்லா மந்திரிகள், அதிகாரிகளும் அவருடன் கலந்து பழகித் தங்களது (நியாயமான) தேவைகளை நிறைவேற்றிக்கொள்ள முனைந்தார்கள். அக்பரும் முக்கியமான ராஜாங்க விஷயங்களில் அவரது கருத்துகளை மரியாதையுடன் கேட்டுக்கொண்டார், அவரை மிகுந்த மதிப்பு, கண்ணியத்துடன் நடத்தினார்.

இவை அனைத்தையும் பார்க்கப் பார்க்க, ஆதம் கானுக்கு ஆத்திரம் பொங்கியது. ஆனால், அரசருக்கு எதிராக என்ன செய்வது என்று தெரியவில்லை. நாளுக்கு நாள் நிதானம் இழந்துகொண்டிருந்தார் அவர்.

திடீரென்று ஒருநாள், ஆதம் கானும் அவருடைய அடிபொடிகளும் கோபத்துடன் கிளம்பினார்கள். தலைமை அமைச்சர் ஷம்சுதீன் அட்கா கான் அலுவலகத்தை நோக்கி நடந்தார்கள். அதிரடியாக உள்ளே நுழைந்தார்கள்.

இந்தத் திடீர் தாக்குதலை ஷம்சுதீன் கொஞ்சமும் எதிர்பார்த்திருக்கவில்லை. அடுத்த சில நிமிடங்களுக்குள் அவரைக் குத்திக் கொன்றுவிட்டார் ஆதம் கான்.

ஷம்சுதீன் அலுவலகத்துக்குப் பக்கத்திலேதான் அக்பருடைய மாளிகை. இவரைக் கொன்ற கையோடு, ஆதம் கான் அங்கே நுழைய முயன்றார்.

ஆதம் கான் அக்பரைக் கொல்கிற துரோக எண்ணத்துடன்தான் அங்கே சென்றார் என்று சில புத்தகங்களில் குறிப்பிடப் பட்டிருக்கிறது. அந்த அளவு தைரியம் அவருக்கு இருந்திருக்குமா என்பது சந்தேகமே. காரணம், சில நிமிடங்கள் கழித்து அக்பர் அவர் எதிரில் வந்து நின்றபோதும், ஆதம் கான் அவரைத் தாக்க முயற்சி செய்யவில்லை.

ஆனால், ஷம்சுதீனைக் கொன்றபிறகு, ஆதம் கான் எதற்காகவோ அக்பரைச் சந்திக்க விரும்பியிருக்கிறார். ஒருவேளை, நடந்ததைச் சொல்லி மன்னிப்புக் கேட்க நினைத்திருப்பாரோ? ஷம்சுதீன்மேல் ஏதோ பழிபோட்டு, தான் அவரைக் கொன்றதை நியாயப்படுத்த எண்ணியிருப்பாரோ?

எதற்காகவோ, ஆதம் கான் அக்பரின் அறையை நோக்கி வருகிறார். கத்தியும் கையுமாக அவர் நடந்து வருவதைப் பார்த்துப் பயந்துபோன பணியாளர் ஒருவர், கதவை சாத்தித் தாழிட்டுவிட்டார்.

இந்தப் பரபரப்புச் சத்தத்தைக் கேட்டு அக்பர் எழுந்துகொண்டார். 'வெளியில் என்ன கலாட்டா' என்று விசாரித்தார். சரியான பதில் வரவில்லை.

ஏதோ பிரச்னை என்று புரிந்துகொண்ட அக்பர், தன்னுடைய வாளை உருவினார். வேறொரு வாசல் வழியாக வெளியில் வந்தார். ரத்த வெள்ளத்தில் மிதக்கும் ஷம்சுதீனின் உடலைப் பார்த்து அதிர்ச்சியடைந்தார். 'என்ன ஆச்சு? யார் இந்தக் கொடுமையைச் செய்தது?'

பக்கத்திலேயே கத்தியும் கையுமாக நிற்கிற ஆதம் கானைப் பார்த்தவுடன், அக்பருக்கு எல்லாம் புரிந்துவிட்டது. 'முட்டாளே, ஏன் இப்படிச் செய்தாய்?' என்று ஆவேசமாகக் கத்தினார்.

அதோடு நிற்கவில்லை, ஆதம் கான் முகத்தில் பலமாக ஒரு குத்து விட்டார் அக்பர். அவர் தடுமாறிக் கீழே விழுந்தார்.

'இவனைப் பிடித்துக் கட்டுங்கள்' என்று ஆணையிட்டார் அக்பர். 'மேல் மாடியிலிருந்து அப்படியே தூக்கி எறிந்துவிடுங்கள், துடித்துச் சாகட்டும்!'

ஆதம் கான் இறந்த செய்தியை அக்பர் தானே மஹம் அங்காவிடம் சொன்னார். இதன்மூலம், 'என்னை பொம்மைபோல் ஆட்டிவைக்க நினைக்காதீர்கள்' என்றும் அவருக்கு உணர்த்திவிட்டார்.

அத்துடன், அக்பரின் நடைவண்டிப் பயணங்கள் முடிவுக்கு வந்தன. 'இனிமேல் யாருடைய வலையிலும் சிக்குவதில்லை' என்று தனக்குத் தானே உறுதி சொல்லிக்கொண்டார் அவர்!

௯. ராணா, மஹாராணா

அக்பரின் இளமைப் பருவம் முழுவதும், மொகலாய சாம்ராஜ்ஜியத்தின் எல்லைகளை மேலும் மேலும் விரிவுபடுத்துவதிலேயே சென்றது.

அந்த வரிசையில், அவர் குஜராத்தைக் கைப்பற்றவேண்டும் என்று மிகவும் விரும்பினார். இதற்கு முக்கியமான காரணம், அங்குள்ள துறைமுகங்களின் வழியே மொகலாயர்கள் கடலில், அதாவது கப்பலில் செல்லலாம், வியாபாரம் செய்து பணம் கொழிக்கலாம், நமக்குத் தேவையானவற்றை இறக்குமதி செய்யலாம், தொலைவில் உள்ள நாடுகளுடன் நல்லுறவு வளர்த்துக்கொள்ளலாம், புனிதப் பயணம் போகலாம்... இப்படி இன்னும் பல சாத்தியங்கள்!

ஒரே பிரச்னை, டெல்லியிலிருந்து மொகலாயர்கள் குஜராத்தை நோக்கிச் செல்லுகிற அதே பாதையில்தான், சித்தூர் கோட்டை நின்றது!

ராஜஸ்தான் மேவார் பகுதியில் உள்ள சித்தூர் கோட்டை (சித்தோர், சித்தூர், சித்தௌர் என்று பலவிதமாகச் சொல்கிறார்கள்) ராஜபுத்திரர்களின் கம்பீரமான தயாரிப்பு.

அன்றைக்கும் இன்றைக்கும் இந்தியாவிலேயே மிகப் பெரிய, மிக அழகான கட்டுமானங்களின் பட்டியலில் இதற்கு ஒரு முக்கிய இடம் உண்டு. அத்தனை சுலபத்தில் யாராலும் துளைக்கமுடியாதபடி கட்டப்பட்டது இந்தக் கோட்டை.

அப்பேர்ப்பட்ட சித்தூர் கோட்டையை, அக்பர் துளைத்தாகவேண்டும். இல்லையென்றால் அவர் தன்னுடைய குஜராத் கனவை மறந்துவிடவேண்டியதுதான்.

வீரம் மிகுந்த ராஜபுத்திரர்கள் ராஜஸ்தான்முழுவதும் பரவி வாழ்ந்தார்கள். குறிப்பாக, சித்தூர் பகுதியில் உள்ளவர்களுக்குமட்டும் கொஞ்சம் எக்ஸ்ட்ரா தைரியம், எக்ஸ்ட்ரா தேசப்பற்று!

ராஜபுத்திரர்களைப் பொறுத்தவரை, மொகலாயர்கள் எங்கிருந்தோ வந்த அந்நியர்கள், இந்தியாவில் வாழ்கிற தகுதியும், இங்குள்ளவர்களை ஆட்சி செய்கிற உரிமையும் அவர்களுக்கு இல்லை, அவர்கள் வெளியேற்றப்படவேண்டியவர்கள்... இப்படித்தான் பெரும்பாலான ராஜபுத்திரர்கள் நினைத்தார்கள், அரசர்கள், அமைச்சர்கள், அதிகாரிகள், போர் வீரர்களில் தொடங்கி, சாதாரணப் பொதுமக்கள்வரை!

இன்னொருபக்கம், சில ராஜபுத்திரர்கள் விரும்பியோ விரும்பாமலோ மொகலாயர்களின் ஆக்கிரமிப்பை ஏற்றுக்கொண்டுவிட்டார்கள். இவர்களுடன் நல்லுறவை வளர்த்துக்கொள்வதற்காக, மொகலாய மன்னர்கள் ராஜபுத்திரப் பெண்களைத் திருமணம் செய்துகொள்வது வழக்கம்.

இதனால், அக்பர் உள்ளிட்ட பல மொகலாய அரசர்களுக்கு ராஜபுத்திர மனைவியர் இருந்தார்கள். இவர்களுக்குப் பிறந்த குழந்தைகள் இந்தியாவை ஆண்ட உதாரணங்களும் உண்டு.

இப்படி மொகலாயர்களுடன் 'அட்ஜஸ்ட்' செய்துகொண்ட இரண்டாம் வகை ராஜபுத்திரர்களை, முதல் வகையினர் ஜென்ம விரோதிகளாகப் பார்த்தார்கள், 'நீ உன்னுடைய தன்மானத்தை விற்றுவிட்டாய்' என்று குற்றம் சாட்டினார்கள்.

'உன்னுடன் சேர்ந்து சாப்பிடமாட்டேன், உன் முகத்திலேயே விழிக்கமாட்டேன்' என்றெல்லாம் உணர்ச்சிவயப்பட்டார்கள்.

ஆக, மொகலாய அரசர்களும் ராஜபுத்திரர்களும் கைகுலுக்கித் தங்களுக்குள் நட்பு ஒப்பந்தம் செய்யப் பார்த்தார்கள், முடிந்தால் திருமண உறவை ஏற்படுத்திக்கொண்டார்கள், எதுவும் சரிப்படாவிட்டால் போர்க்களத்தில் மோதினார்கள்.

அப்போது சித்தூர் கோட்டையை ஆண்டுகொண்டிருந்த ராணா உதய் சிங், மூன்றாவது வகை. அவர் எப்பப்பார் மொகலாயர்களை எதிர்த்துப் பேசிக்கொண்டிருந்தார். அக்பர் போன்ற அரசர்களை வெளிப்படையாக அவமானப்படுத்தினார். அவருடைய எதிரிகளுக்கு அடைக்கலம் தந்து எரிச்சல் மூட்டினார்.

இதனால், ராஜஸ்தான், சுற்றுவட்டாரங்களில் அக்பர் எந்தப் போருக்குச் சென்றாலும் சரி, எதிரிகளுக்கு சித்தூர் கோட்டையிலிருந்து உதவி வரும், அதனால் சுலபத்தில் முடியவேண்டிய போர் பல வாரங்களுக்குத் தொடரும்.

இத்தனை அவஸ்தை எதற்காக? பேசாமல் அந்த சித்தூர் கோட்டையை உடைத்து எறிந்துவிடுவோம் என்று தீர்மானித்தார் அக்பர், ஒருபக்கம் ராணா உதய் சிங்கைப் பழிவாங்கிப் பாடம் கற்பித்தமாதிரியும் ஆச்சு, பின்னர் நாம் திட்டமிட்டிருக்கிற குஜராத் போரின்போது எந்தச் சங்கடமும் இருக்காது.

அப்போது 1567 செப்டம்பர் மாதம். அக்பர் ஒரு படையைத் திரட்டினார். சுமார் ஐயாயிரம் போர் வீரர்கள் தயாரானார்கள், பீரங்கிகள், துப்பாக்கிகள் போன்ற ஆயுதங்களுடன் அக்பர் தலைமையில் புறப்பட்டார்கள்.

இதற்கெல்லாம் அக்பரே நேரில் போகவேண்டுமா, வேறொரு திறமைசாலியான படைத் தளபதியைத் தேர்ந்தெடுத்து அனுப்பினால் போதாதா?

அக்பர் அப்படிச் செய்ய விரும்பவில்லை. சித்தூர் கோட்டைக்குள் இருப்பவர்களுக்கு, இந்தப் பிரச்னையில் பேரரசரே நேரில் பங்கேற்கிறார் என்பது தெரியவேண்டும்,

இது சும்மா லுல்லுலாக்காட்டிக்கு நிகழ்த்தும் தாக்குதல் அல்ல, எத்தனை தடைகள் வந்தாலும் கோட்டையை வீழ்த்தாமல் பின்வாங்கமாட்டோம் என்பது புரியவேண்டும். அதனால்தான் அவரே நேரில் புறப்பட்டு வந்தார்.

வழியில் ஷிவ்புர், கோடா என்ற கோட்டைகள் தென்பட்டன. அவற்றை ஜெயித்துத் தன்னுடைய அதிகாரிகளிடம் ஒப்படைத்துவிட்டு சித்தூர் நோக்கிப் பயணமானார் அக்பர்.

1567 அக்டோபர் மத்தியில், அவர்கள் சித்தூர் புற எல்லையை நெருங்கினார்கள். கோட்டையைச் சுற்றி வளைக்கும் முயற்சிகள் தொடங்கின.

பிரம்மாண்டமான மொகலாயப் படையைப் பார்த்த ராஜபுத்திரர்கள் யோசித்தார்கள். 'அக்பரே நேரில் வந்திருப்பதைப் பார்த்தால், சண்டை தீவிரமாக இருக்கும் என்று தோன்றுகிறது.'

அப்போது ராஜபுத்திரர்கள் தரப்பில் சுமார் 8000 போர் வீரர்கள் இருந்தார்கள். அக்பர் தரப்பில், வெறும் ஐந்தாயிரம்தான்.

ஆனால், அக்பருடைய மிச்சப் படை இங்கே பக்கத்தில்தான் இருக்கிறது. அவர் எப்போது விரும்பினாலும் அது இங்கே வந்து சேர்ந்துகொள்ளும் என்று ராஜபுத்திரர்களுக்குப் புரிந்தது.

அவர்கள் எண்ணியதுபோலவே, அடுத்த சில மாதங்களில் மொகலாயப் படையின் பலம் பத்தாயிரம், இருபதாயிரம் என்று எகிறியது. ஒருகட்டத்தில் அங்கே ஐம்பதாயிரம் முதல் அறுபதாயிரம் வீரர்கள் குவிக்கப்பட்டிருந்தார்கள். அதாவது, ஆரம்பத்தில் சித்தூர் வந்து சேர்ந்த வீரர்களைப்போல் பத்து மடங்கு!

ஒரு சாதாரணக் கோட்டை, அக்பர் சும்மா ஊதித் தள்ளிவிடமாட்டாரா? அதை ஜெயிப்பதற்கு இத்தனை பெரிய ராணுவமும் ஆக்கிரமிப்பும் அவசியமா?

சித்தூர் கோட்டையை அப்படிக் குறைவாக மதிப்பிட்டுவிட முடியாது. அந்த மலைப் பிரதேசத்துடைய ஏற்ற இறக்கங்கள்,

பள்ளத்தாக்குகள், காடுகள் என ஓர் இண்டு, இடுக்கைகூட விட்டுவைக்காமல், வித்தியாசமான புவியியல் அமைப்பின் சகல சாத்தியங்களையும் புத்திசாலித்தனமாகப் பயன்படுத்திக் கட்டப்பட்டது.

இதனால், அந்தக் கோட்டையை முற்றுகையிட விரும்புகிறவர்கள் அதன் வெளிப் பகுதியில் உள்ள சுவர்ப் பின்னல்களை முழுமையாக அலசி, ஆராய்ந்து, புரிந்துகொள்வதற்கே பல வாரங்கள் ஆகும். அதன்பிறகுதான் அவர்கள் தங்களுடைய தாக்குதலைத் திட்டமிடமுடியும்.

அக்பர் அப்படிக் குழம்பிக்கொண்டிருந்த நேரம், உள்ளே ராஜபுத்திரர்கள் யோசித்தார்கள். 'மொகலாயர்களால் நம் கோட்டையை அத்தனை சுலபத்தில் வீழ்த்தமுடியாது. ஆனால், ஒருவேளை அவர்கள் உள்ளே நுழைந்துவிட்டால்? நம் ராணா(ஜா)வுக்கு ஆபத்தாச்சே!'

அப்போதைய சூழ்நிலையில் புத்திசாலித்தனமான விஷயம், ராணா உதய் சிங் உள்ளேதான் இருக்கிறார் என்று அக்பரை நம்பவைப்பது. அவர் கோட்டையை அடிக்க யோசித்துக்கொண்டிருக்கும்போது, ராணாவை வேறு பக்கமாக வெளியே அனுப்பி, நம்முடைய படையை இன்னும் பலப்படுத்துவது.

இதையடுத்து, சித்தூர் கோட்டையைப் பாதுகாக்கும் பொறுப்பு ஜெய்மால், பட்டா என்ற இரண்டு வீரத் தளபதிகளிடம் ஒப்படைக்கப்பட்டது. ராணா உதய் சிங் ரகசியப் பாதை வழியே வெளியேறி, ஆரவல்லி மலைப் பகுதியில் வேறொரு நகரத்தை உருவாக்கத் தொடங்கினார்.

இதற்குள் அக்பர் படையினர் கோட்டையின் வெளிச் சுவர் அமைப்பை ஓரளவு புரிந்துகொண்டிருந்தார்கள். அதன் அடிப்படையில் தாக்குதல் வியூகம் அமைக்கப்பட்டு, மொகலாயப் படை பிரிக்கப்பட்டது, வீரர்கள் கோட்டையை முற்றுகையிட்டுச் சூழ்ந்துகொண்டார்கள்.

அடுத்து என்ன? அடிக்கவேண்டியதுதானே?

அது அத்தனை சுலபமாக இல்லை. மொகலாய வீரர்கள் சித்தூர் கோட்டைச் சுவர்களை வெவ்வேறு பக்கத்திலிருந்து நெருங்க நெருங்க, எங்கிருந்தோ ராஜபுத்திர வீரர்கள் தோன்றி அவர்களைத் தாக்கத் தொடங்கினார்கள், இதனால் ஒவ்வொரு நாளும் ஏகப்பட்ட உயிரிழப்புகள்.

அக்பர் யோசித்தார், 'இந்தக் கோட்டையின் அமைப்பு, ராஜபுத்திரர்களுக்குச் சாதகமாகதான் உருவாக்கப்பட்டிருக்கும், நமக்குத் தெரியாத ரகசியப் பாதைகள் பல, அவர்களுக்குத் தெரிந்திருக்கும். ஆகவே, இந்த நேரடித் தாக்குதல் புத்திசாலித்தனமானது அல்ல, நிறுத்திவிடுவோம்.'

அப்படியானால், வேறு என்ன செய்வது?

கோட்டைச் சுவரை உடைக்கவேண்டும். எங்கேயாவது ஓர் இடத்தில் சின்னப் பொத்தல் போட்டால்கூடப் போதும், அந்த வழியே உள்ளே நுழைந்து விளாசிவிடலாம்.

உடனடியாக, அக்பர் படையில் இருந்த பீரங்கிகள் முன்னே கொண்டுவரப்பட்டன. அவற்றைக் கொண்டு அந்தக் கோட்டையின் சுவர்களை நோக்கிச் சுட்டுத் தகர்க்க முயன்றார்கள்.

ம்ஹூம், உயரம் போதவில்லை. சமதளமாக இல்லாத மலைப்பகுதியில் போரிடுவதில் இது ஒரு பெரிய அவஸ்தை. நினைத்த இடத்தில் சுடமுடியாது.

உடனடியாக, மலையிலிருந்து மண்ணைத் தோண்டி எடுக்க ஆணையிட்டார் அக்பர். அதை ஓர் இடத்தில் குவித்துத் தாற்காலிகக் குன்றுகள் சிலவற்றை உருவாக்கினார்கள். அவற்றின் உச்சியில், பீரங்கிகள் நிறுத்தப்பட்டன. அங்கிருந்து கோட்டைச் சுவர்களை நேரடியாகத் தாக்கமுடிந்தது.

ஆனால் இந்தமுறையும், அக்பருக்கு வெற்றி கிடைக்கவில்லை. சித்தூர் கோட்டையின் சுவர்கள் அவர் நினைத்ததைவிட

பலமாக அமைக்கப்பட்டிருந்தன. பீரங்கிக் குண்டுகள் அவற்றை நெருங்குவதற்குள் வலுவிழந்து விழுந்தன.

சரி, கொஞ்சம் நெருங்கிச் சுடலாம் என்றால், சுவர்களுக்குப் பக்கத்திலிருந்து ராஜபுத்திர வீரர்கள் அம்பு மழை பொழிகிறார்கள், கற்களை வீசுகிறார்கள்.

அக்பர் திகைத்துப்போனார். இந்தக் கோட்டையை எப்படி வீழ்த்துவது? அஸ்திவாரப் பகுதியில் வெடி வைத்துத் தகர்க்கலாம் என்றால்கூட, இவர்கள் நம்மை அருகே நெருங்கவிடமாட்டார்களே.

அப்போதுதான் அவருக்கு ஒரு நல்ல யோசனை தோன்றியது, ராஜபுத்திரர்கள் கண்ணில் நம்முடைய வீரர்கள் பட்டால்தானே தாக்குவார்கள்? அவர்களுக்கே தெரியாமல் கோட்டையை நெருங்கிவிட்டால்?

அது எப்படி சாத்தியம்? நம்மைவிட அவர்கள்தான் உயரத்தில் இருக்கிறார்கள், சுற்றிலும் இருபத்து நான்கு மணி நேரமும் நம்மைக் கண்காணிக்கிறார்கள், அவர்கள் கண்ணில் மண்ணைத் தூவுவது சாத்தியமா?

அக்பர் தான் முகாமிட்டிருக்கும் இடத்திலிருந்து, கோட்டைச் சுவர்கள்வரை ஒரு ரகசியப் பாதையை உருவாக்கத் திட்டமிட்டார். மலைப் பிரதேசத்தின் இயற்கையான அமைப்புடன், சில செயற்கை வழிகளையும் பயன்படுத்தி அந்தப் பாதை வெளிப்பார்வைக்குத் தெரியாதபடி மறைக்கப்படும். அதன்வழியே மொகலாய வீரர்கள் பயணம் செய்யலாம், ஆயுதங்களைக் கொண்டுசெல்லலாம், மேலேயிருந்து ராஜபுத்திர வீரர்களால் அவர்களைப் பார்க்கமுடியாது.

ஒருவேளை பார்த்துவிட்டாலும், பிரச்னையில்லை, ராஜபுத்திரர்களிடம் இருக்கும் ஆயுதங்களைப் பயன்படுத்தி அந்தப் பாதையை அழிக்கமுடியாது. அதன் கூரைப் பகுதி அந்த அளவுக்கு வலுவானதாக வடிவமைக்கப்பட்டது.

திடீரென்று, அக்பரின் படையில் வீரர்களுக்கு இணையாக, மேஸ்திரிகளும் கட்டுமானத் தொழிலாளர்களும் அதிகரித்து விட்டார்கள். படிப்படியாக ரகசியப் பாதை உருவானது.

இதைக் கவனித்த ராஜபுத்திர வீரர்கள் பாதையை அமைக்கமுடியாதபடி தாக்க முயன்றார்கள், இதில் சில தொழிலாளர்கள் உயிர் இழந்தார்கள். ஆனால் வேலைகள் தொடர்ந்து சுறுசுறுப்பாக நடந்தன.

ரகசியப் பாதை கோட்டைச் சுவர்களை நெருங்கியதும், இரண்டு தரையடிப் பாதைகள் தோண்டப்பட்டன. இதன்மூலம் கோட்டைச் சுவர்களுக்குக் கீழே உள்ள அஸ்திவாரப் பகுதியை அவர்களால் தொட்டுவிடமுடிந்தது.

அந்த இடங்களில் வெடிமருந்தைக் கொண்டு நிரப்ப ஆணையிட்டார் அக்பர். அவற்றை ஒரே நேரத்தில் வெடிக்கச் செய்தால், கோட்டைச் சுவர்கள் இடிந்து விழுந்துவிடும் என்பது அவருடைய திட்டம்.

முதன்முறையாக, ராஜபுத்திரர்கள் செய்வதறியாது திகைத்தார்கள். அக்பர் ஏதோ பெரிய திட்டத்தை நிறைவேற்றிக் கொண்டிருக்கிறார் என்பது அவர்களுக்குத் தெரியும், ஆனால் அது என்ன என்று தெரியவில்லை, ஆகவே, அதை எப்படி எதிர்கொள்வது என்பதும் புரியவில்லை.

அவர்களுடைய அதிர்ஷ்டம், அக்பரின் வெடிமருந்துத் தாக்குதல் சரியானபடி வேலை செய்யவில்லை. அது எக்குத்தப்பான நேரத்தில் வெடித்துவைக்க, மொகலாயப் படையிலும் ராஜபுத்திரர்கள் தரப்பிலும் நூற்றுக்கணக்கான வீரர்கள் உயிரிழந்ததுதான் மிச்சம்.

அக்பர் நினைத்ததுபோல், இந்த வெடிவிபத்தின்போது சித்தூர் கோட்டைச் சுவர்களில் சில இடங்கள் உடைந்தன. ஆனால் ராஜபுத்திரர்கள் வேகமாகச் செயல்பட்டு அவற்றை மூடிவிட்டார்கள். அல்லது, அவற்றின்வழியே யாரும் உள்ளே நுழையாதபடி கூடுதல் தடைகளை ஏற்படுத்திவிட்டார்கள்.

இதனால், கதை மீண்டும் முதல் அத்தியாயத்திலிருந்து தொடர்ந்தது. பழையபடி கோட்டையை முற்றுகையிட்டுக்கொண்டு, அடுத்து என்ன செய்வது என்று புரியாமல் திகைத்தார் அக்பர்.

இந்த நேரத்தில்தான் மொகலாயப் படையின் பலம் கொஞ்சம் கொஞ்சமாக அதிகரிக்கப்பட்டது. உள்ளே இருக்கும் எட்டாயிரத்துச் சொச்ச வீரர்களைச் சமாளிப்பதற்கு, கிட்டத் தட்ட ஐந்தாறு மடங்கு மொகலாய வீரர்களைக் கொண்டுவந்து குவித்தார் அக்பர்.

ஆள் பலம் இருந்தால் ஆச்சா? கோட்டையை நெருங்கித் தாக்கமுடியவில்லையே. தக்கனூண்டு ஆள்கள், இத்தனை பெரிய மொகலாய சாம்ராஜ்யத்துக்குப் பல மாதமாகப் பெப்பே காட்டுகிறார்களே!

1568ம் ஆண்டு பிறந்தபின்னர், அக்பரின் படையினர் இன்னும் கொஞ்சம் தைரியத்துடன் கோட்டையை நெருங்கித் தாக்க முயன்றார்கள். பெரிய வெற்றி எதுவும் இல்லை. சாதாரண அடிதடிகள்தாம். இருதரப்பிலும் இழப்புகள் அதிகம்.

பிப்ரவரி 23ம் தேதி மாலை நேரம், அக்பர் வழக்கம்போல் கோட்டைச் சுவர்களைக் கண்காணித்துக்கொண்டிருந்தார். அங்கே யாரோ ஒருவர் புதிதாக வந்து நிற்பதைக் கவனித்தார்.

அந்த மனிதரைப் பார்த்தால், முக்கியமான நபராகத் தெரிந்தது. கம்பீரமான தோற்றம், அங்கே இருந்த வீரர்கள், கோட்டைச் சுவர்களை ரிப்பேர் பார்த்துக்கொண்டிருந்த தொழிலாளர்களுக்கெல்லாம் அவர் சுறுசுறுப்பாக கட்டளை பிறப்பித்துக்கொண்டிருந்தார். அவர்களும் அவரை மரியாதையுடன் நடத்தினார்கள்.

இந்த ஆள் யாராக இருக்கும்? அக்பருக்குக் குறுகுறுப்பு!

யாராக இருந்தால் என்ன? ராஜபுத்திரர்கள் மத்தியில் ஒரு பெரும்புள்ளியைப்போல் தெரிகிறார், அவரை இங்கிருந்து சுடமுடியுமா? சும்மா முயற்சி செய்து பார்த்தால் என்ன? அக்பர்

ஒரு துப்பாக்கியை எடுத்தார், அந்த மனிதரைக் குறிவைத்துச் சுட்டார்.

மறுவிநாடி, அந்த நபருடைய காலில் குண்டு பாய்ந்தது, அவர் சுருண்டு விழுந்தார். பக்கத்திலிருந்த ராஜபுத்திர வீரர்கள் அதிர்ச்சியுடன் அவரைக் கவனிக்க ஓடினார்கள். அக்பர் திருப்தியாகச் சிரித்துக்கொண்டார்.

அப்போது அக்பருக்குத் தெரியாத விஷயம், அவரால் சுடப்பட்ட நபர், சித்தூர் கோட்டையின் முக்கியத் தளபதிகளில் ஒருவரான ஜெய்மால் ரதோர்.

அக்பர் ஜெய்மாலைச் சுட்டு வீழ்த்திய காட்சி, ஒரு நுணுக்கமான ஓவியமாகத் தீட்டப்பட்டிருக்கிறது. அவருடைய சாதனைகளில் ஒன்றாக, 'அக்பர் நாமா' புத்தகத்திலும் இடம்பெற்றிருக்கிறது.

ஜெய்மால் ராஜபுத்திரர்களின் படைத் தளபதியாக இருக்கலாம், ஆனால் அவர் அப்போது ஆயுதம் ஏந்தியிருக்கவில்லை, வேறு ஏதோ வேலைகளைக் கவனித்துக்கொண்டிருந்தார். அந்த நேரத்தில், அவருக்கே தெரியாமல் அக்பர் அவரைச் சுட்டு வீழ்த்தியது வீரம்தானா, யுத்த தர்மம்தானா என்கிற விவாதங்கள் இன்னும் இருக்கின்றன.

நியாயமோ, அநியாயமோ, அந்தக் கோட்டையின் தூண்களில் ஒருவராகத் திகழ்ந்தவர், இத்தனை மாதமாக மொகலாயர்கள் அதை நெருங்கக்கூட முடியாதபடி அவர்கள் கண்ணில் விரலை விட்டு ஆழ்த்தியவர், தளபதி ஜெய்மால் ரதோர் வீழ்ந்துவிட்டார், இது ராஜபுத்திரர்களுக்குப் பெரிய பின்னடைவு.

இந்தச் சூழ்நிலையில் வேறு யாராக இருந்தாலும், பயந்துபோய்ச் சரணடைந்திருப்பார்கள். ராஜபுத்திரர்களின் ரத்தத்திலேயே அந்தக் குணம் கிடையாது. அவர்கள் தாக்க முடிவெடுத்தார்கள்.

மேலோட்டமாகப் பார்த்தால், இது மிகவும் முட்டாள்தனமான தீர்மானம். வெளியே அவர்களைப்போல் பலமடங்கு வீரர்கள் மொகலாயப் படையில் காத்திருக்கிறார்கள். அவர்கள் மத்தியில் சென்று விழுந்தால் நிச்சயம் தோல்விதான்.

ஆனால், ராஜபுத்திர வீரர்கள் எதற்கும் துணிந்துவிட்டார்கள். மூச்சு உள்ளவரை சுதந்தரத்துக்காகப் போரிடுவது, அந்த முயற்சியில் உயிர் போனால் பரவாயில்லை!

மறுநாள் காலை, பட்டா என்ற இன்னொரு தளபதியின் தலைமையில் ராஜபுத்திரப் படை கிளம்பியது, மொகலாயர்களை ஆவேசமாகத் தாக்கத் தொடங்கியது.

1567 அக்டோபர் தொடங்கி, 1568 பிப்ரவரிவரை நான்கு மாதங்களாக ராஜபுத்திரர்களின் பாதுகாப்பு நுட்பங்களை மட்டுமே பார்த்திருந்த அக்பருக்கு, இப்போதுதான் அவர்களது வீரத்தை நேருக்கு நேர் காணும் சந்தர்ப்பம் கிடைத்தது. ஜெயிக்க வாய்ப்பே இல்லை என்று நன்றாகத் தெரிந்தும்கூட, முடிந்தவரை எதிரிப் படையினருக்கு இழப்பை ஏற்படுத்திவிடவேண்டும் என்ற வேகத்துடன் போரிட்ட அவர்களைக் கண்டு வியந்தார் அவர்.

அந்தப் போரில் ராஜபுத்திரர்களுக்குத் தோல்விதான். மிக நீண்ட காத்திருப்புக்குப்பின், சித்தூர் கோட்டை அக்பரின் கையில் வந்து விழுந்துவிட்டது.

ஆனால், இன்றைக்கும் ராஜஸ்தான் மக்களின் நாட்டுப்புறக் கதைகள், பாடல்களில் ஜெய்மால், பட்டா இருவருடைய வீரம்தான் வாழ்த்திப் போற்றப்படுகிறது. அவர்களுடைய தைரியம், நாட்டுப்பற்றைக் கண்டு வியந்த எதிர்க்கட்சி அக்பரே ஆக்ராவில் அவர்களுக்குச் சிலை வைத்தார்!

எதிரிக்குச் சிலை வைத்தது நிச்சயம் பெருந்தன்மையான விஷயம்தான். ஆனால், சித்தூர் கோட்டையை வென்றவுடன் அக்பரும் அவருடைய படையினரும் நடந்துகொண்ட விதம்தான் மொகலாய சரித்திரத்திலேயே ஒரு மிக மோசமான கறுப்புப் புள்ளியாகிவிட்டது.

பல மாதங்களாகக் காத்திருந்து, ஏகப்பட்ட சறுக்கல்களுக்குப்பிறகு பெற்ற வெற்றி அல்லவா? சித்தூரினுள் நுழைந்த அக்பர் படையினர் சந்தோஷத்தில் கண் மண் தெரியாமல்

நடந்துகொண்டார்கள், ஆயிரக்கணக்கான பொதுமக்களை வெட்டி வீழ்த்தினார்கள், அந்தப் பகுதியில் ராஜபுத்திரர்கள் என்று யாருமே இல்லாதபடி அழித்துவிட்டார்கள்.

இத்தனைக்கும், அவர்களுடைய முக்கிய எதிரியான ராணா உதய் சிங் அங்கே இல்லை. அவர் வேறு பக்கம் இருந்தபடி தன்னுடைய போராட்டத்தைத் தொடர்ந்தார். கடைசிவரை அவர் ஜெயிக்கவும் இல்லை, மொகலாயர்களுக்குத் தலை வணங்கவும் இல்லை.

ராணா உதய் சிங்கிற்குப்பிறகு, அவருடைய மகன் மஹாராணா பிரதாப் சிங் அந்தப் போராட்டத்தைத் தொடர்ந்தார். மொகலாயர்கள் மேவார் பகுதியை முழுமையாகக் கைப்பற்றவிடாமல் அக்பருக்குப் பெரிய தலைவலியைக் கொடுத்தார்.

நம்முடைய சேர, சோழ, பாண்டியர்களைப்போல் மஹாராணா பிரதாப்பற்றி ராஜஸ்தானில் ஏராளமான கதைகள் உண்டு. அவற்றில் எவையெல்லாம் நிஜமான சரித்திரம், எவை சுவாரஸ்யத்துக்காக எழுதப்பட்ட கற்பனைகள் என்று பிரித்து அறிவது மிகவும் சிரமம்.

உதாரணமாக, தன்னுடைய நாட்டை முழுமையாக மீட்கும்வரை படுக்கையில் உறங்குவதில்லை என்று பிரதாபும் அவரது தோழர்களும் சபதம் எடுத்துக்கொண்டார்களாம், அதன்படி, காட்டிலோ, நாட்டிலோ, அவர் எப்போதும் வெறும்தரையில்தான் படுத்துத் தூங்கினாராம்!

இதுபோன்ற குறிப்புகள் எந்த அளவு உண்மையோ தெரியாது. ஆனால், அக்பருக்கு மஹாராணா பிரதாப் பெரிய பிரச்னையாகத் திகழ்ந்தார் என்பதுமட்டும் உண்மை. என்னதான் மொகலாயர்கள் மேவார் பகுதியை ஜெயித்திருந்தாலும், 'நீங்கள் கண்ட அந்நியர்களின் பேச்சைக் கேட்கவேண்டிய அவசியம் இல்லை, நான்தான் இந்த நாட்டின் அரசன்' என்று மஹாராணா பிரதாப் அறிவித்துக்கொண்டார்.

மக்கள் அனைவரும் தன்னுடைய கட்டளையின்படிதான் நடக்கவேண்டும் என்று உத்தரவிட்டார்.

இதைக் கேட்ட மொகலாயர்கள் சிரித்தார்கள். 'அந்த பிரதாப் ஒரு நாடோடி, அவன் தன்னைத்தானே அரசன்னு சொல்லிக்கிட்டா ஆச்சா?' என்று அலட்சியப்படுத்தினார்கள்.

அக்பர் அப்படி நினைக்கவில்லை. பிரதாபின் நிலைமை இப்போது சாதாரணமாக இருக்கலாம், ஆனால் மொகலாயர்களுக்கு எதிராக ஒருவர் கொடி பிடிக்கிறார் என்பதே ஆபத்தான விஷயம், மக்கள் அவரை ஆதரிக்கத் தொடங்கிவிட்டால்? இதைப் பார்த்து இன்னும் சில மன்னர்கள் துணிந்து எழுந்தால்? பிரச்னை பெரிதாகிவிடும்.

ஆகவே, பிரதாப் எடுத்துவைக்கிற ஒவ்வோரு அடியும் தனது சாம்ராஜ்யத்துக்குப் பிரச்னையை விளைவிக்கக்கூடும் என அக்பர் உணர்ந்தார். அவரை மொத்தமாக அழிப்பதற்கான முயற்சிகளில் இறங்கினார்.

ஒரே பிரச்னை, மொகலாயர்களைவிட, அந்தப் பகுதியை மஹாராணா பிரதாபின் படையினர்தான் நன்கு அறிந்திருந்தார்கள். ஆகவே, அவர்கள் எப்போது எங்கே போகிறார்கள், என்ன செய்கிறார்கள் என்றெல்லாம் யாருக்கும் தெரியவில்லை, அப்புறம் எப்படித் தாக்குவது, அழிப்பது?

இதனிடையே, மொகலாயர்கள்வசமிருந்த ஒரு சிறிய கோட்டையைப் பிரதாப் தாக்கி ஜெயித்துவிட்டார். அங்கிருந்தபடி ராஜபுத்திரர்களை ஆட்சி செய்யத் தொடங்கினார் அவர்.

இப்போதும், பெரும்பாலான மொகலாயர்கள், பிரதாபை ஒரு பொருட்டாகக் கருதவில்லை. 'அந்தப் பகுதியில இருக்கிற எத்தனையோ கோட்டைகள்ல ஒண்ணைமட்டும் இந்த ஆள் ஜெயிச்சிருக்கார், அதனால அவர் ராஜாவாயிடுவாரா? நாம கொஞ்சம் முயற்சி செஞ்சா அவரை நசுக்கி எறிஞ்சிடலாம்!'

மீண்டும், அக்பர் தயங்கினார். இதேபோல் நாடோடியாகத் திரிந்து, பின் படிப்படியாகத் தன்னுடைய ராஜ்ஜியத்தைப் பிடித்த ஹுமாயூனின் மகன் அல்லவா அவர்? பெரிய வீரரான மஹாராணா பிரதாபுக்கும் அப்படிச் சிலர் உதவமாட்டார்கள் என்பது என்ன நிச்சயம்? எப்படியானாலும் அவரால் மொகலாய ஆட்சிக்குப் பிரச்னைதான்.

பிரதாபைச் சமாளிப்பதற்குப் படைகளை அனுப்புவது சரிப்படவில்லை. தன்னுடைய அவையிலிருந்த ராஜபுத்திரர் ஒருவரையே தூதாக அனுப்பினார் அக்பர். 'எப்படியாவது அவரை நமக்குச் சாதகமா வளைக்கமுடியுமான்னு பாருங்க!'

ம்ஹூம், இப்படித் தூது வந்தவர்கள் எல்லாரையும் அவமானப்படுத்தித் திருப்பி அனுப்பிவிட்டார் மஹாராணா பிரதாப். அதோடு விடாமல், அக்கம்பக்கத்திலிருந்த மொகலாயப் படைகள், முகாம்கள், கோட்டைகளையெல்லாம் தேடித் தேடி அடிக்கத் தொடங்கினார்.

இனிமேல், வேறு வழியில்லை. நேரடிப் போர்தான்.

1576 ஜூன் மாதம், மஹாராணா பிரதாப் இருந்த கோட்டையைத் தாக்குவதற்காக, ஒரு பெரும் படையை அனுப்பிவைத்தார் அக்பர். ஹல்திகாடி என்ற இடத்தில் இந்தப் போர் நடைபெற்றது.

எண்ணிக்கை அடிப்படையில் பார்த்தால், ராஜபுத்திரர் படையைவிட, மொகலாயப் படைகள் கிட்டத்தட்ட நான்கு மடங்கு பெரியவை. அவர்களிடம் நவீன ஆயுதங்களும் இருந்தன.

மஹாராணா பிரதாப் அதைப்பற்றிக் கவலைப்படவில்லை. ராஜபுத்திரர்களுக்கே உரிய வீரத்துடன், மொகலாயர்கள் தங்களை முற்றுகையிட்டுப் பணியச் செய்வதற்கு அனுமதிக்கக்கூடாது என்று துடித்தார் அவர், 'அதற்குள் அவர்களை நாமே தாக்கி அழித்துவிடலாம்' என்று பரபரத்தார்.

அபூர்வமாக அவர் போட்ட தப்புக் கணக்குகளில் ஒன்று அது. ராஜபுத்திரர்கள் என்னதான் தைரியத்துடன் போரிட்டாலும்,

அவர்களது படைகளை மொகலாயர்கள் மிகச் சுலபமாக நசுக்கி எறிந்துவிட்டார்கள். போர் தொடங்கிய விநாடிமுதல், மொகலாயர்களின் கைதான் ஓங்கியிருந்தது.

இந்தப் போரின்போது, மஹாராணா பிரதாப் காயமடைந்தார். அவரது நம்பிக்கைக்குரிய தளபதிகள் அவரைக் காப்பாற்றி வேறு திசையில் அழைத்துச் சென்றார்கள்.

அடுத்த பல நாள்கள், அவர் காட்டினுள் ஒரு குகையில் வாழவேண்டியிருந்தது. அங்கே கிடைக்கிற காய்கள், பழங்கள்தான் சாப்பாடு, மருந்து எல்லாமே!

கொஞ்சம் கொஞ்சமாக அவருடைய உடல்நிலை தேறியது, பழைய பலம் திரும்பியது. மீண்டும் தன்னுடைய நாட்டை மீட்கும் ஆவேசத்துடன் புறப்பட்டுவிட்டார்.

இதற்குள், மொகலாயர்கள் அந்தப் பகுதியைச் சுற்றிவளைத்திருந்தார்கள். அவர்களைத் தாக்கும் அளவுக்குப் படை பலமோ பண பலமோ அவரிடம் இல்லை.

ஆகவே, சில நலம் விரும்பிகளிடமிருந்து கிடைத்த சொற்ப செல்வத்தைப் பயன்படுத்தி ஒரு சிறிய கெரில்லாப் படையை உருவாக்கினார் மஹாராணா பிரதாப். அவர்களுக்கு ரகசியத் தாக்குதல் நுட்பங்களில் தீவிரப் பயிற்சி அளித்தார்.

அதன்பிறகு, அந்தத் தக்கனூண்டு குழுதான் மஹாராணா பிரதாபின் ராணுவம். அதை வைத்துக்கொண்டு மொகலாயர்களின் கட்டுப்பாட்டில் இருந்த பல பகுதிகளை ஒவ்வொன்றாகத் தாக்கத் தொடங்கினார். அதிகப் பாதுகாப்பு இல்லாத முகாம்களை அதிரடியாகத் தாக்கி அழித்தார், அங்கெல்லாம் கிடைக்கும் பணத்தைக் கொண்டு இன்னும் பெரிய படையைத் திரட்டலாம், இழந்த நாட்டை மீட்கலாம் என்பது அவருடைய திட்டம்.

இந்தத் திட்டம் ஓரளவு சிறப்பாகவே நிறைவேறியது. கிட்டத்தட்ட குடிசைத் தொழில்போல சிறிய அளவில்

தொடங்கி, கொஞ்சம் கொஞ்சமாக மஹாராணா பிரதாப் தனது கெரில்லாப் படையைப் பெரிதாக்கினார். மேவாரில் இருந்த பல பகுதிகளைப் படிப்படியாக மொகலாயர்கள் ஆதிக்கத்திலிருந்து விடுவித்தார். ராஜபுத்திரர்களின் அரசராகத் தன்னை நிலைநிறுத்திக்கொண்டார். கடைசிவரை அவரால் சித்தூர் கோட்டையை மீட்கமுடியவில்லை என்பதுமட்டும்தான் அக்பருக்கு ஒரே ஆறுதல்.

1597ம் ஆண்டு, ஒரு விபத்தில் மரணமடைந்தார் மஹாராணா பிரதாப். தனது வாழ்நாளில் அவர் மிகப் பெரிய வெற்றியை அடைந்தார் என்று சொல்லமுடியாது. ஆனால், சக்தி வாய்ந்த மொகலாயர்களை இறுதி மூச்சு உள்ளவரை தொடர்ந்து எதிர்த்தார் என்றவிதத்தில் அவர் ஒரு மிக முக்கியமான வீர அடையாளமாக மதிக்கப்படுகிறார்.

மஹாராணா பிரதாபுக்குப்பிறகு, அவருடைய மகனும் இந்தப் போராட்டத்தைத் தொடர்ந்தார், அக்பர் உயிரோடு இருந்தவரை, அவரால் மேவாரை முழுமையாக ஜெயிக்கமுடியவில்லை!

10. புது நகரம்

அக்பருக்கு முதல் திருமணம் நடைபெற்றபோது, அவருடைய வயது பதினைந்து.

ருகையா பேகம் என்ற அக்பரின் முதல் மனைவி, அவருடைய உறவுக்காரப் பெண்தான். அதன்பிறகு, தனிப்பட்ட மற்றும் அரசியல் காரணங்களுக்காக அவர் முப்பதுக்கும் மேற்பட்ட பெண்களைத் திருமணம் செய்துகொள்ளவேண்டியிருந்தது.

ஆனால் ஏனோ, பல மனைவிகள்மூலமாக அக்பருக்குப் பிறந்த குழந்தைகள் எல்லாமே, அடுத்தடுத்து இறந்துகொண்டிருந்தன. தனக்கு ஒரு வாரிசு இல்லாமல் போய்விடுமோ என்று அக்பருக்குப் பெரும் கவலை.

இத்தனைக்கும், அப்போது அவருக்கு வயது இருபத்துச் சொச்சம்தான். இதற்குமேல் அவர் ஒரு குழந்தையைப் பெற்றுக்கொள்வதற்கான வயதும் வாய்ப்பும் நிறையவே இருந்தது.

ஆனாலும், அக்பரின் கவலை குறையவில்லை. மொகலாய சாம்ராஜ்யத்துக்கு நாடுமுழுவதும் விரோதிகள் இருக்கிறார்கள், ஒருவேளை அவருக்கு மகனே பிறக்காவிட்டால், அவருடைய காலத்துக்குப்பின் பெரிய வாரிசுப் பிரச்னை ஏற்படும்.

ஒருவேளை, அந்த மகன் தாமதமாகப் பிறந்தாலும் அதே பிரச்னைதான், அவனும் அக்பரைப்போல் சிறிய வயதிலேயே அரசனாகி, அதனால் பல எதிர்ப்புகளைச் சந்திக்கவேண்டியிருக்கும். அதனால்தான், இருபது வயதிலேயே தனக்கு ஒரு வாரிசு வேண்டும் என்று ஏங்கினார் அக்பர்.

இந்தியாவின் பேரரசராக அக்பர் முடிசூட்டிக்கொண்டு சில ஆண்டுகளானபின், அக்பருக்கு ஒரே நேரத்தில் இரண்டு மகன்கள் பிறந்தார்கள். அவர்களுக்கு ஹுசைன், ஹாசன் என்று பெயர் சூட்டியிருந்தார் அவர்.

துரதிருஷ்டவசமாக, அடுத்த சில வாரங்களில் அந்த இரட்டைக் குழந்தைகள் இறந்துவிட்டன. அந்த வேதனையிலிருந்து மீள்வதற்குள் அவருக்கு ஒரு பெண் குழந்தை பிறந்து, அதுவும் இறந்தது. மக்கள் வருத்தத்தில் மூழ்கினார்கள், அக்பர் அதிர்ச்சியில் திகைத்தார். 'என்ன ஆயிற்று? எனக்குமட்டும் ஏன் இப்படியெல்லாம் நடக்கிறது? ஆண்டவர் என்னைச் சோதிக்கிறாரா? நான் இப்போது என்ன செய்யவேண்டும்?'

இந்த நேரத்தில் ஒருநாள், அக்பரின் சபையில் ஏதோ பாட்டுக் கச்சேரி, இசைக் குழுவினர் ஒரு பெரிய சூஃபி துறவியின் மகிமையைப் பாடிக்கொண்டிருந்தார்கள்.

பாடலை மிகவும் விரும்பிக் கேட்ட அக்பர் விசாரித்தார், 'அவர்கள் யாரைப்பற்றிப் பாடுகிறார்கள்?'

'அஜ்மெரைச் சேர்ந்த மொய்னுதீன் சிஸ்டி என்ற சூஃபி ஞானியைப்பற்றி.'

இந்த மொய்னுதீன் சிஸ்டி பன்னிரண்டாம் நூற்றாண்டில் வாழ்ந்தவர். 'கரீப் நவாஸ்', அதாவது 'ஏழைகளுக்கு அருளுபவர்' என்று பாராட்டப்பட்டவர். அவரும் அவரது சீடர்கள் பலரும் இங்கே ஒரு சூஃபி கலாசாரத்தைத் தோற்றுவித்து வளர்த்திருந்தார்கள்.

இதைப்பற்றிக் கேள்விப்பட்டதும், அக்பருக்கு அஜ்மெர் (தற்போது ராஜஸ்தானில் உள்ளது) செல்லவேண்டும் என்ற

விருப்பம் தோன்றிவிட்டது. அதுவும், குதிரையில் அல்ல, கால்நடையாக நடந்து சென்று!

உடனடியாக, அக்பரின் பயணத்துக்கான ஏற்பாடுகள் தொடங்கின. ஆக்ராவிலிருந்து அஜ்மெர்வரை சுமார் முன்னூற்றைம்பது கிலோமீட்டர்கள் நடந்தே சென்றார். மொய்னுதீன் சிஸ்டியின் சமாதிக்குச் சென்று வழிபட்டார். தனக்கு நீண்ட ஆயுள் கொண்ட ஒரு மகனைத் தரவேண்டும் என்று பிரார்த்தனை செய்துகொண்டார்.

அப்போது அவருக்குக் கிடைத்த மன அமைதியால், இந்த அஜ்மெர் யாத்திரை அக்பரின் வருடாந்திரப் பயணமாகிவிட்டது. 1562 தொடங்கி, 1579வரை ஒவ்வோர் ஆண்டும் அஜ்மெருக்கு நடந்து சென்று மொய்னுதீன் சிஸ்டியின் சமாதியைத் தரிசித்துத் திரும்பினார் அவர்.

1562ல் அஜ்மெர் சென்று திரும்பியபிறகு, ஆக்ரா அருகில் உள்ள 'சிக்ரி' என்ற கிராமத்தைச் சேர்ந்த சலிம் சிஸ்டி என்பவரைப்பற்றிக் கேள்விப்பட்டார் அக்பர். அவரையும் நேரில் சென்று தரிசித்தார்.

அக்பரின் துயரத்தைப் புரிந்துகொண்ட சலிம் சிஸ்டி அவருக்கு ஆறுதல் சொன்னார். 'கவலைப்படாதே, உனக்கு மூன்று மகன்கள் பிறப்பார்கள்!'

சில ஆண்டுகள் கழித்து, அக்பரின் மனைவியாகிய ராஜபுத்திர வம்சத்துப் பெண் ஒருத்தி கருவுற்றாள். அரண்மனையில் எதிர்பார்ப்பு கலந்த மகிழ்ச்சிப் பரவசம்.

இந்தமுறை, அக்பர் மிகத் தெளிவாக இருந்தார். கர்ப்பமாக இருக்கும் தன் மனைவியை சிக்ரிக்கு, சலிம் சிஸ்டி அவர்களின் பராமரிப்பில் அனுப்பிவைக்க அவர் தீர்மானித்திருந்தார்.

அக்பரின் மனைவியை சலிம் சிஸ்டியின் இல்லம் உரிய மரியாதையுடன் வரவேற்றது. அடுத்த சில வாரங்களை அங்கே நிம்மதியான சூழலில் செலவிட்டார் அவர்.

1569 ஆகஸ்ட் 30ம் தேதி, அக்பருக்கு அந்த சந்தோஷச் செய்தி பறந்தது, 'அரசே, உங்களுக்கு மகன் பிறந்திருக்கிறான்!'

ஆனந்தத்தில் மிதந்த அக்பர் 'கடவுளுக்கு நன்றி' என்றார் நெகிழ்ச்சியுடன். நல்ல செய்தி கொண்டுவந்த அந்தத் தூதருக்குப் பரிசுகளை வாரி வழங்கினார். மகனைப் பார்ப்பதற்கு விரைந்தார்.

சலிம் சிஸ்டிக்கு நன்றி செலுத்தும்விதமாக, தன்னுடைய மகனுக்கு 'சலிம்' என்றே பெயர் சூட்டினார் அக்பர். இந்த சலிம்தான், பின்னர் 'ஜஹாங்கீர்' என்ற பெயரில் இந்தியாவை ஆண்டார்.

தன்னுடைய முதல் வாரிசு பிறந்த இடம் என்பதாலேயோ என்னவோ, சிக்ரி கிராமத்தின்மீது அக்பருக்குத் தனிப் பாசம் பிறந்துவிட்டது. அடிக்கடி அங்கே சென்று நேரம் செலவிட்டுத் திரும்பினார்.

அப்போது மொகலாய சாம்ராஜ்யத்தின் முக்கிய நகரங்கள் என்று பார்த்தால், டெல்லியும் ஆக்ராவும்தான். அங்கேதான் அக்பரும் மற்ற மொகலாய அரசர்களும் பல முக்கியமான மாளிகைகளை எழுப்பியிருந்தார்கள்.

ஆனால், பல காரணங்களால் அக்பரால் டெல்லியிலோ ஆக்ராவிலோ உட்கார்ந்து ஆட்சி செய்யமுடியவில்லை. இந்தியாவில் மலர்ந்திருக்கும் தன்னுடைய அரசாங்கத்தின் பெருமையைச் சொல்லும்விதமாகப் புது பாணியில் ஒரு புதிய நகரத்தை நிர்மாணிக்கவேண்டும், அதன் ஒவ்வொரு மூலையையும் தனித்துவமாக வடிவமைக்கவேண்டும் என்றெல்லாம் அவருக்குத் தோன்றிக்கொண்டே இருந்தது.

இதற்காக அக்பர் தேர்ந்தெடுத்த இடம், சிக்ரி!

அக்பர் இந்தத் தீர்மானத்துக்கு வந்தபோது, அவருடைய மகன் சலிம் இரண்டு வயதுக் குழந்தை. அவன் வளர்ந்து வாலிபனாகும்வரை சிக்ரியில் கட்டுமானப் பணிகள் தொடர்ந்துகொண்டிருந்தன.

அதற்குமுன் சிக்ரி என்பது கிட்டத்தட்ட வெற்று நிலம். அங்கே ஒரு புதிய நகரத்தை நிர்மாணிப்பதில் அக்பருக்கு முழுச் சுதந்திரம் இருந்தது. தன்னுடைய ஆளுமையையும், கலை ஆர்வத்தையும், இந்திய, மொகலாயக் கட்டடக்கலை அறிவையும், நகரக் கட்டமைப்புக்கான நவீன நுட்பங்களையும், பல முற்றுகைகள், போர்களின்போது அவரே நேரடியாகப் பார்த்துத் தெரிந்துகொண்ட பாதுகாப்பு அம்சங்களையும் கலந்து தனக்கென்று ஒரு புதிய கட்டுமானப் பாணியை உருவாக்கினார் அவர். அதன் அடிப்படையில் புதிய நகரம் மிகச் சிறப்பாகத் திட்டமிட்டுக் கட்டப்பட்டது.

இன்றைக்கு நாம் 'மொகலாயர் பாணி' என்று அறிந்துவைத்திருக்கும் தனித்துவமான கட்டுமான வகையைத் (பிரபல உதாரணம்: தாஜ் மஹால்) தொடங்கியவர் அக்பர்தான். அவருக்குமுன் ஹுமாயூனும் பாபரும் சில கட்டடங்களை எழுப்பியிருந்தாலும், மிகப் பெரிய தாக்கத்தை ஏற்படுத்தும் அளவு எதையும் சாதிக்கவில்லை, அவர்கள் இந்தியாவை ஆட்சி செய்த ஆண்டுகளும் குறைவு.

அக்பருக்கு அந்தப் பிரச்னையே இல்லை. அநேகமாகப் பிறந்ததுமுதல் அவர் இந்தியாவில்தான் வாழ்ந்தார், அதில் பெரும்பகுதி அரசராக இருந்தார். நிதானமாகத் திட்டமிட்டுப் பல அற்புதமான கட்டடங்களை உருவாக்குவதற்கான ஆர்வமும் நேரமும் அவரிடம் இருந்தது.

சிக்ரி நகரம் புதுப்பொலிவு பெற்ற இந்தப் பதினைந்து ஆண்டுகள், வேறு பலவிதங்களில் அக்பர் வாழ்க்கையில் முக்கியமானவை. அவர் தொட்டதெல்லாம் துலங்கியது. எங்கே திரும்பினாலும் வெற்றி. அவரது சாம்ராஜ்யத்தின் எல்லைகள் விரிவுபெற்றன. மக்கள் மிகவும் சந்தோஷமாக இருந்தார்கள். மிகச் சிறந்த அமைச்சர்கள், திறமைசாலி அதிகாரிகள் அவருக்குக் கிடைத்தார்கள்.

இதையெல்லாம் குறிக்கும்வகையில், தன்னுடைய கனவு நகரத்திற்கு 'ஃபதேபூர் சிக்ரி' (வெற்றியின் நகரம் சிக்ரி) என்று

பெயர் சூட்டினார் அக்பர். மொகலாய சாம்ராஜ்யத்தின் நிர்வாகப் பணிகள் அனைத்தும் ஆக்ராவில் கொஞ்சம், ஃபதேபூர் சிக்ரியில் கொஞ்சம் எனப் பிரித்தமைக்கப்பட்டது.

டெல்லி, ஆக்ராவைவிட, ஃபதேபூர் சிக்ரி வாழ்க்கை அக்பருக்கு மிகவும் பிடித்திருந்தது. அவரே அக்கறையாகப் பார்த்துப் பார்த்துக் கட்டிய நகரம் அல்லவா!

அதேசமயம் ஃபதேபூர் சிக்ரியில் சில பெரிய பிரச்னைகளும் இருந்தன. முக்கியமாக, குளிர்காலத்தில் மிக மோசமான பனி, கோடைக்காலத்தில் கொளுத்தும் வெயில். 'இதோடு ஒப்பிடும்போது ஆக்ராவும் டெல்லியும் ரொம்ப மேல்' என்று மக்கள் பேசிக்கொண்டார்கள்.

இன்னொரு பிரச்னை, நகரில் வசிக்கும் எல்லாருக்கும் தேவையான குடிநீர் அங்கே இல்லை. இதற்காக அக்பர் அமைத்த செயற்கை ஏற்பாடுகளும் அவ்வளவாகப் பலன் தரவில்லை.

இப்படிப் பல காரணங்களால், ஃபதேபூர் சிக்ரியில் தொடர்ந்து வாழ்வதற்கு அக்பர் எதிர்பார்த்த ஆதரவு அவருக்குக் கிடைக்கவில்லை. 1585ம் ஆண்டு அவர் அங்கிருந்து வெளியேறி பஞ்சாப் பகுதியில் குடியேறினார். அதன்பிறகு, ஃபதேபூர் சிக்ரி முற்றிலுமாகப் புறக்கணிக்கப்பட்டு வீணானது.

தற்போது, ஃபதேபூர் சிக்ரி ஒரு முக்கியமான சுற்றுலாத்தலமாக இயங்கிவருகிறது. அங்கே வாழ்பவர்கள் அதிகம் இல்லை எனினும், மொகலாய ஆட்சியின் சுவடுகள் பல அங்கே உயிர்த்திருக்கின்றன. குறிப்பாக, புலந்த் தர்வாஸா என்ற நுழைவாயில், ஜம்மா மசூதி, பொதுமக்கள், முக்கியஸ்தர்களைச் சந்திப்பதற்காகக் கட்டப்பட்ட திவான்-இ-ஆம், திவான்-இ-காஸ் மாளிகைகள், சலிம் சிஸ்டியின் சமாதி என ஒவ்வொன்றும் பிரம்மாண்டமான கட்டடங்கள், அவசியம் பார்க்கவேண்டிய வரலாற்றுப் பதிவுகள்.

★★★

11. ரத்தினங்கள்

எழுதப் படிக்கத் தெரியாத ஓர் அரசர். அவருடைய மந்திரி சபை எப்படி இருக்கும்?

அக்பருக்குப் படிப்பு வாசனை இல்லாவிட்டாலும், பலதுறைகளில் மெத்தப் படித்தவர்கள், கலைஞர்கள்மீது அவருக்கு நல்ல மரியாதை இருந்தது. அவர்களுக்கு உரிய மதிப்பளித்துத் தன்னுடைய அவையில் அமர்த்திக்கொண்டார். அவர்களுடைய திறமைகளைச் சரியானமுறையில் பயன்படுத்திக்கொண்டார்.

அந்தவிதத்தில், வேறு எந்த மொகலாய மன்னரையும்விட, அக்பரின் அரசவைதான் மிகச் சிறந்தது என்று தாராளமாகச் சொல்லலாம். பல்வேறு அறிஞர்களை வெறுமனே பொம்மைகள்போல் உட்காரவைக்காமல், அவர்களுடன் விவாதம் செய்வது, புதிய கலைப் படைப்புகள், புத்தகங்களைச் சேகரிப்பது, உருவாக்குவது என்று அக்பர் தீவிரமாக இயங்கிவந்தார்.

புத்தகங்களா? அக்பரால்தான் படிக்கவேமுடியாதே, அப்புறம் எதற்காக அவர் வேலை மெனக்கெட்டுப் புத்தகங்களையெல்லாம் சேகரிக்கவேண்டும்?

அக்பருடைய தாத்தா பாபர் தன்னுடைய வாழ்க்கையைத் தானே புத்தகமாக்கிவைத்தார். ஒரு விரிவான டைரி வடிவத்தில் அவர் எழுதிய 'பாபர்நாமா' இன்றைக்கும் ஒரு முக்கியமான வரலாற்றுக் குறிப்பாகத் திகழ்கிறது.

அடுத்து வந்த ஹுமாயூன் தன்னுடைய ராஜாங்கத்தை மீட்கும் முயற்சியிலேயே திரிந்துகொண்டிருந்தபடியால், அவருக்குப் புத்தகம் எழுதவெல்லாம் நேரம் இல்லை. அதனால், மொகலாய சாம்ராஜ்யத்தின் தொடக்கப் பகுதிகள் பல சரியாகப் பதிவாகாமல் இருந்தன.

இந்த இடைவெளியை நிரப்பியது, அக்பர்தான். அவருக்கு எழுதத் தெரியாவிட்டாலும், தன்னுடைய அத்தை (அதாவது, ஹுமாயூனின் சகோதரி) குல்பதன் பேகம் அவர்களைக் கேட்டு 'ஹுமாயூன்நாமா' எழுதச் செய்தார் அவர்.

அதேபோல், அக்பருடைய ஆட்சியின்போது நடந்த நிகழ்வுகளும் 'அக்பர்நாமா' என்ற விரிவான புத்தகமாகப் பதிவு செய்யப்பட்டது. இதனை எழுதியவர் அபுல் ஃபஸல்.

இந்தப் புத்தகங்கள்தவிர, அக்பரிடம் ஒரு மிகப் பெரிய நூலகம் இருந்தது. அதில் அவருக்கு ஆர்வம் உள்ள பல துறைகளைப்பற்றிய புத்தகங்கள் வரவழைக்கப்பட்டுச் சேமிக்கப்பட்டிருந்தன.

ஆக, தினந்தோறும் அக்பருக்குப் புத்தகங்களைப் படித்துக்காட்டுவதற்காகவே பலர் வேலைக்கு அமர்த்தப்பட்டிருக்க வேண்டும். இப்படி அடுத்தவர்களுடைய வாசிப்பிலேயே பல விஷயங்களைத் தெரிந்துகொண்டு, அன்றைய தேதிக்கு அந்த ராஜ்ஜியத்தின் மிகப் பெரிய புத்திசாலிகளில் ஒருவர் என்ற அளவுக்கு உயர்ந்திருந்தார் அவர்.

சுருக்கமாகச் சொன்னால், பள்ளிப் பருவத்தில் பாடங்களைப் படிக்கவேமாட்டேன், புத்தகத்தைத் திறக்கவேமாட்டேன் என்று அடம்பிடித்த ஒருவர், வளர்ந்து புத்தகப் பிரியராக மாறுகிறார். இந்த அதிசயம் அக்பருடைய வாழ்க்கையைத்தவிர வேறெங்கும் நிகழ்ந்திருக்க வாய்ப்பில்லை.

அக்பர் புத்தகம் வாசிப்பதோடு நிறுத்தவில்லை, மதம், தத்துவம் சார்ந்த பல புத்தகங்களை மொழிபெயர்க்கச்செய்தார், அவற்றுக்குப் பொருத்தமான அழகிய ஓவியங்களைச் சேகரித்துத் தொகுத்தார்.

வாசிப்புதவிர, அவருக்குச் சிற்பம், ஓவியம், நடனம் போன்ற நுண்கலைகளிலும் மிகுந்த ஆர்வம் இருந்தது. உதாரணமாக, அக்பர்நாமாவில் உள்ள நுட்பமான ஓவியங்களைக் கவனித்தாலே போதும், அவற்றில் உள்ள விரிவான தகவல்கள் அன்றைய மொகலாய வாழ்க்கைமுறையைத் துல்லியமாகப் படம்பிடித்துக் காண்பிக்கின்றன.

சொல்லப்போனால் அக்பர் இந்த அளவு நுட்பமாகக் கலைகளில் ஈடுபட்டிருக்கவேண்டிய அவசியமே இல்லை. அதேசமயம், ராஜாங்க விவகாரங்கள், நாட்டைப் பிடிக்கிற, பாதுகாக்கிற அலைச்சல் போன்றவற்றுக்கு நடுவே இதுமாதிரி விஷயங்கள்தாம் அவருக்கு மிகுந்த நிறைவைத் தந்திருக்கவேண்டும்.

இதற்குச் சிறந்த உதாரணம், பீர்பால்.

அநேகமாக அக்பரின் பெயர் சொன்னதும், பெரும்பாலானோருக்கு 'பீர்பால்'தான் உடனடியாக நினைவுக்கு வருவார். அக்பரும் பீர்பாலும் இடம் பெறும் சமயோஜிதக் கதைகளைப் படித்து வளர்ந்த நமக்கு, நிஜத்தில் அக்பர் எழுதப் படிக்கத் தெரியாத ஒருவர் என்று சொன்னால் நம்புவதே சிரமம்.

பீர்பாலைப்பற்றிப் பின்னர் இன்னொரு சந்தர்ப்பத்தில் விரிவாகப் பேசுவோம், இங்கே நாம் சொல்லவந்த விஷயம், பீர்பால்போல் அக்பர் அவையில் ஏகப்பட்ட புத்திசாலிகள் இருந்தார்கள். அவர்களை எப்படிச் சரியானமுறையில் பயன்படுத்திக்கொள்ளவேண்டும் என்று அக்பருக்குத் தெரிந்திருந்தது.

குறிப்பாக, அக்பரின் அரசவையில் இருந்த ஒன்பது பேர், மிகச் சிறந்த திறமையாளர்கள். சரித்திரத்தில் 'நவரத்தினங்கள்'

என்று பெருமையுடன் அழைக்கப்படுகிறார்கள். இவர்களில் பீர்பால், தான்சேன்மட்டும் நமக்கு நன்றாகத் தெரியும். முழுப் பட்டியலைப் பார்த்துவிடுவோம்:

1. அபுல் ஃபஸல் (சிந்தனையாளர், எழுத்தாளர்)
2. ஃபைஸி (கவிஞர்)
3. தான்சேன் (இசைக் கலைஞர்)
4. ராஜா தோடர் மால் (நிதி அமைச்சர்)
5. ராஜா மன் சிங் (படைத் தளபதி)
6. அப்துல் ரஹிம் கான் (கவிஞர்)
7. ஃபகிர் அஜியோதின் (ஆலோசகர்)
8. முல்லா தோ ப்யாஸா (ஆலோசகர்)
9. பீர்பால் (சிந்தனையாளர், கவிஞர்)

அக்பரின் வாழ்க்கை வரலாறாகிய 'அக்பர்நாமா'வை எழுதிய அபுல் ஃபஸல் அவருக்கு நல்ல நண்பராகவும் வழிகாட்டியாகவும் திகழ்ந்தார். இவர் அக்பரின் சபைக்கு வந்து சேர்ந்ததே ஒரு சுவாரஸ்யமான கதை.

1551ம் வருடம், ஆக்ராவில் பிறந்தவர் அபுல் ஃபஸல். அவருடைய தந்தை ஷேக் முபாரக் மெத்தப் படித்தவர், சிறந்த சிந்தனையாளர், ஆனால் சொல்லிக்கொள்ளும்படி பெரிய வருமானம் எதுவும் இல்லை. அவர்கள் குடும்பம் தொடர்ந்து வறுமையில் வாடியது.

சின்ன வயதில் அபுல் ஃபஸலுக்கு அவருடைய தந்தையே குருவானார். அவரும் ஆர்வத்துடன் நிறையப் படித்தார், எழுதினார், கடவுள் பக்தியை வளர்த்துக்கொண்டார், அதேசமயம் பழமைவாதியாகவும் இல்லாமல் முற்போக்குச் சிந்தனைகளுடன் இருந்தார்.

குடும்பச் சூழ்நிலை, அபுல் ஃபஸல் உத்தியோகத்துக்குச் செல்லவேண்டிய கட்டாயம். ஒரே திருப்தி, அவருக்குப் பிடித்த ஆசிரியர் வேலையே கிடைத்தது.

அடுத்த சில ஆண்டுகள், அபுல் ஃபஸலின் வாழ்க்கையையே மாற்றிவிட்டன. ஏராளமான வாசிப்பு, தொடர் சிந்தனை, எப்போதும் பக்கத்தில் இருக்கும் சீடர்கள், எல்லாரும் அவர்மீது வைத்திருக்கும் மதிப்பு என பூமிக்குச் சற்று மேலே ஒருவிதமான கிறுகிறுப்பில்தான் வாழ்ந்துகொண்டிருந்தார் அவர்.

கொஞ்சம் அசந்தால், அபுல் ஃபஸல் பெரிய சாமியாராகவோ ஞானியாகவோ மாறியிருப்பார். அந்த நேரத்தில், யாரோ அவரை அக்பரிடம் அறிமுகப்படுத்திவைத்தார்கள்.

அக்பருக்கு அபுல் ஃபஸலைப் பார்த்தவுடன் பிடித்துவிட்டது. இந்த மனிதர் கண்டிப்பாகத் தன்னுடைய அரசவையில் இருக்கவேண்டும் என்று தீர்மானித்துவிட்டார்.

ஆனால், உள்ளே நுழைந்தபிறகுதான் அபுல் ஃபஸலுக்கு ஒரு விஷயம் புரிந்தது, அக்பரின் சபை ஒரு பெரிய சமுத்திரம், அதில் இவர் எந்த மூலையோ, அரசர் எந்த மூலையோ, யாருக்கும் தெரியாது.

இதனால் அபுல் ஃபஸல் எத்தனையோ திறமைசாலியாக இருந்தபோதும், அந்த அவையில் படிப்படியாக முன்னேறிதான் மேலே செல்லவேண்டியிருந்தது. அரசரின் தொடர்ச்சியான பார்வையும், அவரிடம் தாக்கம் ஏற்படுத்தும் அளவுக்கு ஒரு நிலைமையும் அவருக்குக் கிட்டச் சில ஆண்டுகள் பிடித்தன.

முக்கியமாக, மதம் குறித்த அபுல் ஃபஸலின் கருத்துகளை அக்பர் மிகவும் விரும்பினார். அவற்றை அவர் முழுமையாக ஏற்றுக்கொண்டாரோ, இல்லையோ, இந்த விஷயத்தில் எல்லாரும் கிட்டத்தட்ட ஒரேமாதிரி சிந்தனைகளுடன் இருக்கிற நேரத்தில், மாற்றுக் கருத்துகளைச் சகஜமாகப் பேசுவது அவர்களுக்குப் பிடித்திருந்தது. இருவரும் விரிவான பல விவாதங்களை நிகழ்த்தினார்கள்.

மதம் பற்றிய அக்பரின் கருத்துகள் அன்றைய சூழ்நிலைக்கு மிகவும் புதுமையானவை, வேறு எந்த மொகலாய அரசருடனும் ஒப்பிட்டுப்பார்க்கமுடியாத அளவுக்கு மாறுபட்டவை.

அன்றைய இந்தியாவின் கணிசமான பகுதிகளை முஸ்லிம் மன்னர்கள் மற்றும் பேரரசர்கள்தாம் ஆட்சி செய்துவந்தார்கள். ஆனால் அவர்களால் ஆளப்பட்ட பொதுமக்களோ, பெரும்பாலும் இந்துக்கள்.

இதனால், ஆட்சியில் அமர்ந்திருந்தவர்களுக்கு இருவிதமான வாய்ப்புகள் இருந்தன, அவர்கள் தங்களுடைய சொந்த மதத்தைச் சேர்ந்தவர்களுக்குமட்டுமே முக்கியப் பொறுப்புகளை வழங்கலாம். அல்லது, இந்துக்கள், இஸ்லாமியர்கள் எல்லாரையும் சமமாக மதித்துத் திறமை அடிப்படையில் தீர்மானிக்கலாம்.

இந்த இரண்டுக்கும் நடுவே இருந்த அரசர்களும் உண்டு. 'எனக்கு எல்லா மதத்தினரும் ஓகே, ஆனால் அவர்கள் என்னுடைய மதத்துக்கு மாறினால்தான் அவர்களை நான் மதிப்பேன்' என்பது இவர்களுடைய கட்சி.

இதற்குச் சிறந்த உதாரணம், முன்பு ஹுமாயூனுக்கு உதவிய பெர்ஷிய அரசர் ஷா தஹ்மஸ்ப்.

இத்தனைக்கும், அவர்கள் இருவருமே இஸ்லாமியர்கள்தான். ஆனால், ஹுமாயூன் சன்னி பிரிவைச் சேர்ந்தவர், ஷா தஹ்மஸ்ப் ஷியா பிரிவைச் சேர்ந்தவர்.

ஆகவே, தன்னுடைய தயவை எதிர்பார்த்து ஹுமாயூன் வந்து நின்றபோது, 'நீங்கள் ஷியா பிரிவுக்கு மாறினால்தான் நான் உங்களுக்கு உதவி செய்வேன்' என்று கண்டிப்பாகச் சொல்லிவிட்டார் தஹ்மஸ்ப் ஷியா.

இப்படிச் சாதாரணமாகக் கேட்பதில் தொடங்கி, அதட்டி, மிரட்டி, உதைத்து மதம் மாற்றிய கதைகளெல்லாம் இருதரப்பிலும் உண்டு. வேற்று மதத்தைச் சார்ந்தவர்களுக்குக் கூடுதல் வரிகளை விதிப்பது, அவர்களுடைய புனிதமான ஆலயங்களை உடைப்பது என்று இந்தப் பட்டியல் இன்னும் நீளும்.

இதுபோன்ற அடக்குமுறைகளை அக்பர் முற்றிலுமாக வெறுத்தார் இந்துக்கள், இஸ்லாமியர்கள் என்று வித்தியாசம்

பார்ப்பதையே அவர் விரும்பவில்லை. 'இதுபோன்ற பாரபட்சமெல்லாம் இல்லாமல் நாம் எல்லாரும் சேர்ந்து வாழமுடியாதா?' என்பதுதான் அவருடைய கேள்வி.

அக்பர் பிறந்ததே ஓர் இந்து அரசரின் வீட்டில்தான். இளம்வயதில் அவருக்கு வழிகாட்டியாக அமைந்த பலர், மத நல்லிணக்கத்தை அவருக்குச் சொல்லித்தந்திருந்தார்கள்.

இதனால், அக்பர் தன் சபையில் இந்துக்களுக்கு முக்கியத்துவம் அளிக்கத் தயங்கவில்லை. நாம் பார்த்த நவரத்தினப் பட்டியலில் பீர்பால் தொடங்கிப் பல இந்துக்களைப் பார்க்கலாம்.

அரசவையில் மட்டுமல்ல, பொதுவாகவே அக்பரின் ஆட்சியில் மதம் காரணமாக யாருக்கும் உரிய வாய்ப்புகள் மறுக்கப்படவில்லை. இந்த விஷயத்தில் அவர் பல மன்னர்களுக்குக் குறிப்பிடத்தக்க முன்னுதாரணமாகத் திகழ்ந்தார்.

இஸ்லாமிய ஆட்சியின்கீழ் வாழும் இந்துக்கள், மற்ற மதங்களைச் சார்ந்தவர்களுக்கு ஒரு கூடுதல் வரி விதிக்கப்படுவது வழக்கம். அக்பர் அதனை நீக்கிவிட முன்வந்தார்.

உடனடியாக, அவரது அவையில் இருந்த இஸ்லாமியர்கள் பலரும், மதத் தலைவர்களும் அக்பரைக் கண்டித்தார்கள். 'பல தலைமுறைகளாகத் தொடர்ந்து வருகிற ஒரு வழக்கத்தை இப்படி உடைப்பது சரியல்ல.'

அக்பர் அதனை ஏற்றுக்கொள்ளவில்லை. 'நம்முடைய ஆட்சி ஒழுங்காக நடக்கவேண்டுமென்றால், இந்துக்களின் ஆதரவு வேண்டும். ஆகவே, அவர்களுக்குமட்டும் கூடுதல் வரி விதிப்பது நியாயமில்லை.'

இப்படி இன்னும் ஏராளமான உதாரணங்களைச் சொல்லலாம். அரண்மனை தொடங்கி நீதிமன்றங்கள்வரை எங்கேயும், எந்தவிதத்திலும் தன்னுடைய குடிமக்கள்மத்தியில் அக்பர் பாரபட்சம் காட்டவில்லை.

அதற்காக, அக்பரை நாத்திகர் என்றோ, மத நம்பிக்கை இல்லாதவர் என்றோ எண்ணிவிடவேண்டாம். எத்தனை வேலைகள் இருந்தாலும் ஒரு நாளைக்கு ஐந்து முறை தொழ மறக்காதவர் அவர். அதேசமயம், மதத்தைக் காரணம் காட்டி ஒருவரையும் சிறப்பாகவோ இழிவாகவோ நினைத்தது கிடையாது. 'உன்னுடைய மதம் உனக்கு, என்னுடைய மதம் எனக்கு' என்பது அவர் கட்சி.

கடவுள்பற்றியும் மதங்களைப்பற்றியும் அவருக்குப் பல குழப்பங்களும் ஏராளமான கேள்விகளும் இருந்தன. அவற்றுக்கான பதில்களைத் தேடுகிற முயற்சியின் தொடக்கமாக, அவர் தன்னுடைய சொந்த மதமாகிய இஸ்லாம்பற்றி முழுமையாகப் புரிந்துகொள்ள விரும்பினார்.

இதற்காக, ஃபதேபூர் சிக்ரியில் 'இபாதத் கானா' என்ற ஓர் அரங்கத்தை அமைக்க ஆணையிட்டார் அக்பர். இதன் அர்த்தம், வழிபாட்டு இல்லம்.

1575ம் ஆண்டு 'இபாதத் கானா' கட்டி முடிக்கப்பட்டது. ஒவ்வொரு வியாழக்கிழமை மாலையும் அங்கே வெவ்வேறு இஸ்லாமியத் துறவிகள், அறிஞர்கள் வந்து பேசினார்கள். உள்ளூரிலிருந்தும், வெளியூர்களிலிருந்தும், அயல்நாடுகளிலிருந்தும்கூடப் பல சிந்தனையாளர்கள் இங்கே சொற்பொழிவாற்றுவதற்காக வரவழைக்கப்பட்டார்கள்.

எவ்வளவோ வேலைகளுக்கு மத்தியிலும், தன்னால் முடிந்தபோதெல்லாம் அக்பர் இந்தக் கூட்டங்களில் பங்கேற்றார். மணிக்கணக்காகத் தொடரும் பேச்சுகள், விவாதங்கள், கேள்வி, பதில் நிகழ்ச்சிகளில் ஆர்வத்துடன் கலந்துகொண்டார்.

பல சமயங்களில், இந்த அறிஞர்களிடையே கருத்து வேறுபாடுகள் ஏற்படும். 'நான் சொல்வதுதான் சரி, நீ சொல்வதுதான் சரி' என்று சூடாகச் சண்டை போடுவார்கள். காரசாரமான விவாதங்களுக்குப்பிறகு, இருதரப்பும் ஏற்றுக்கொள்கிற ஒரு தீர்மானம் எட்டப்படும்.

வேறு சில சமயங்களில், இந்தச் சண்டை முடியாமல் இழுத்துக்கொண்டே போகும். ராத்திரி வெகுநேரமானபிறகும் அவர்கள் விடாமல் விவாதித்துக்கொண்டே இருப்பார்கள்.

ஒருநாள், இப்படி விவாதித்துக்கொண்டிருந்த சிலர் வாளை உருவிக்கொண்டு ஒருவர் மேல் மற்றவர் பாய்ந்துவிட்டார்கள். வாய்வார்த்தையாக இருந்த விஷயம், கத்திச் சண்டையாக மாறிவிட்டது.

இதைப் பார்த்த அக்பர் அதிர்ந்துபோனார். 'இறைவன் பெயரைச் சொல்லும் அறிஞர்கள் இப்படியா நடந்துகொள்வது?' என்று வேதனைப்பட்டார்.

கிட்டத்தட்ட இதே நேரத்தில்தான், அவருக்கு மற்ற மதங்களைப்பற்றித் தெரிந்துகொள்ளவேண்டும் என்கிற ஆர்வமும் பிறந்திருந்தது. அதற்காக, 'இபாதத் கானா'வை விரிவுபடுத்தத் தீர்மானித்துவிட்டார்.

அதாவது, இனிமேல் இந்துக்கள், ஜைனர்கள், கிறித்துவர்கள் என்று எல்லா மதத்தைச் சேர்ந்த அறிஞர்களும், ஏன், கடவுள் நம்பிக்கையே இல்லாதவர்கள்கூட 'இபாதத் கானா'வுக்கு வரலாம், தங்களுடைய சிந்தனைகள், நம்பிக்கைகள், கருத்துகளைப் பகிர்ந்துகொள்ளலாம், அமைதியாக விவாதிக்கலாம், கத்தியை ஏந்தக்கூடாது.

இப்படி எல்லாரும் பேசுவதைக் கேட்டுக் கேட்டு, அக்பருக்குள் புதிய சிந்தனைகள் கிளர்ந்தெழுந்தன. 'எல்லா மதங்களிலும் நல்ல விஷயங்கள் இருக்கின்றன, அப்புறம் இதைக் காரணமாக வைத்து மனிதர்கள் தங்களுக்குள் பிரிவினை பார்ப்பது சரியில்லையே.'

'இபாதத் கானா' கட்டப்பட்டு சில வருடங்கள் கழித்து, 1578ம் ஆண்டு ஏப்ரல் மாதத்தில், அக்பர் தன்னுடைய வழக்கமான பொழுதுபோக்கான வேட்டைக்குச் சென்றிருந்தார். எப்போதும்போல் பல மிருகங்கள் கொன்று குவிக்கப்பட்டன.

ஆனால் அன்றைக்கு, இந்த மிருகங்களைப் பார்க்கும்போது அக்பருக்குள் ஏதோ ஒரு சலனம். இனம்புரியாத குழப்பத்துடன் அரண்மனைக்குத் திரும்பினார்.

அதன்பிறகு, அக்பர் வேட்டையாடுவதை நிறுத்திவிட்டார். மாமிசம் சாப்பிடுவதைக்கூட மறந்து சுத்த சைவமாக மாறிவிட்டதாகச் சொல்கிறார்கள். ஏதோ ஒரு சக்தி அவருக்குள்ளிருந்து சில கேள்விகளை எழுப்பிக்கொண்டே இருந்தது.

இந்த எண்ணம் தோன்றியபிறகு, அக்பர் பல மதங்களைப்பற்றிய புத்தகங்களை வாசிக்கச்சொல்லிக் கேட்டார், வெவ்வேறு மதங்களைச் சார்ந்த ஞானிகளைத் தேடிச் சென்று சந்தித்தார், அவர்களுடன் பல மணி நேரம் விவாதித்தார்.

இந்தியா போன்ற ஒரு பெரிய ராஜ்ஜியத்தை ஆட்சி செய்யும் அரசருக்கு, இதுபோல் மத விவகாரங்களைப் பேசுவதற்கு எங்கிருந்து நேரம் கிடைக்கும்?

அக்பர் அதைப்பற்றிக் கவலைப்படவில்லை. தன்னுடைய தினசரிக் கடமைகள் அனைத்தும் முடிந்து வீடு திரும்பியபிறகு, இதுபோன்ற விவாதங்களுக்காக நேரம் ஒதுக்குவார். நள்ளிரவு தாண்டிப் பொழுது விடிந்தபிறகும், நிறுத்தாமல் பேசிக்கொண்டே இருப்பார்.

இந்த விவாதங்களின்மூலம், அவரது மதச் சார்பற்ற சிந்தனைகள் வலுப்பெற்றன. மனிதர்களுக்குள் மதத்தின் அடிப்படையில் எந்த வேறுபாடும் இருக்கக்கூடாது, குறிப்பாக இந்தியாவில் இந்துக்கள், முஸ்லிம்கள் இடையே உள்ள பல நூற்றாண்டுப் பிரச்னைகளை முழுவதுமாக நீக்கவேண்டும், அதற்கு என்ன வழி என்று யோசித்தார்.

அப்போது அவருக்குத் தோன்றிய ஒரு யோசனைதான், தீன் இலாஹி. அதாவது, 'புனிதமான நம்பிக்கை.'

பலரும் நினைப்பதுபோல், தீன் இலாஹி என்பது ஒரு புதிய மதம் அல்ல. அக்பர் தன்னை ஒரு மதத் தலைவராக எண்ணிக்கொள்ளவில்லை, இந்து, இஸ்லாம் போன்றவற்றுக்கு மாற்றாக அவர் 'தீன் இலாஹி'யை முன்வைக்கவில்லை.

அக்பர் தன்னுடைய சாம்ராஜ்யத்தில் வாழ்கிற எல்லாரும் மதத்தின் பெயரால் வேறுபாடு நினைக்காமல் வாழவேண்டும் என்று எண்ணினார். அதற்காகச் சில கொள்கைகள், கட்டுப்பாடுகளை முன்வைத்தார். அவற்றின் தொகுப்பைதான் 'தீன் இலாஹி' என்று அழைத்தார் அவர்.

'தீன் இலாஹி'யின் அடிப்படை, இந்து, இஸ்லாம், ஜைனம், கிறித்துவம் உள்ளிட்ட பல மதங்களில் இருந்த நல்ல விஷயங்கள்தாம். 'உண்மை என்பது ஒரே ஒரு மதத்தில்மட்டும் இருக்க வாய்ப்பு இல்லை, அது எங்கும் உள்ளது, கொஞ்சம் திறந்த மனத்தோடு இருந்தால் புரியும், அதற்கு நம்முடைய ஆன்மா சுத்தமாக இருக்கவேண்டும்' போன்றவைதான் அதன் மையக் கருத்துகள்.

1582ம் ஆண்டு, அக்பர் 'தீன் இலாஹி'பற்றிப் பேசத் தொடங்கியபோது, அவருடைய சொந்த இஸ்லாம் மதத்தில் தொடங்கிப் பிற மதத்தவர்வரை யாருமே அதனை ஏற்றுக்கொள்ளவில்லை. அக்பரும் அதனை யார்மீதும் திணிக்கவில்லை. 'விருப்பமுள்ளவர்கள் இதனைப் பின்பற்றலாம்' என்றுதான் குறிப்பிட்டார்.

அக்பருடைய வாழ்நாளில் 'தீன் இலாஹி'யை ஏற்றுக்கொண்டவர் களுடைய எண்ணிக்கை இருபதைத் தாண்டவில்லை. உதாரணமாக, அபுல் ஃபஸல், பீர்பால், இளவரசர் சலீம் என்று சிலரைச் சொல்லலாம்.

இப்படி மிகச் சிலரைத்தவிர, மற்ற யாரும் 'தீன் இலாஹி'யைப் பெரிதாகப் பொருட்படுத்தவில்லை. எனினும், இந்த விஷயத்தில் அக்பரின் தொலைநோக்குப் பார்வை இன்றுவரை வியப்புடன் பார்க்கப்படுகிறது.

அக்பருக்கும் அபுல் ஃபஸலுக்கும் எப்படி நெருங்கிய நண்பர்களானார்கள் என்று பேச ஆரம்பித்து, வெகுதூரம் வந்துவிட்டோம். அவர்களுடைய கதையைத் தொடர்ந்து பார்ப்போம்.

1590ம் ஆண்டுவாக்கில், அக்பருக்குத் தன்னுடைய சரித்திரத்தைப் பதிவு செய்யவேண்டும் என்கிற எண்ணம் வந்தது. அவருக்குத்தான் எழுதத் தெரியாதே, அந்தப் பணியை அபுல் ஃபஸலிடம் ஒப்படைத்தார்.

அடுத்த ஏழு ஆண்டுகள், அபுல் ஃபஸல் மிகக் கடுமையாக உழைத்தார். அக்பருடைய உறவினர்கள், நண்பர்கள், அவருடன் பணியாற்றியவர்கள் என்று பலவிதப்பட்ட மக்களைச் சந்தித்து விவரங்களைத் திரட்டினார். அருமையான நடையில் அதனை நூலாக்கித் தந்தார்.

மூன்று தொகுதிகளாக எழுதப்பட்ட அக்பர்நாமா, வெறும் வாழ்க்கை வரலாறுமட்டுமல்ல, மொகலாயர் பரம்பரையின் சரித்திரம், அக்பர் சந்தித்த போர்கள், வெற்றிகள், அவரது சாம்ராஜ்யம் ஆட்சி செய்யப்பட்ட விதம் என்று பல அபூர்வமான குறிப்புகள் அதில் உண்டு. கூடவே எக்ஸ்ட்ராவாக, அன்றைய வாழ்க்கையைப் பிரதிபலிக்கும் அருமையான ஓவியங்களும்.

'அக்பர்நாமா'தவிர, அபுல் ஃபஸல் இன்னும் பல நூல்களை எழுதியுள்ளார். குறிப்பாக, அவருடைய கடிதங்களின் தொகுப்புகள் மிகவும் புகழ் பெற்றவை.

1605ம் ஆண்டுவரை வாழ்ந்த அக்பரின் வாழ்க்கையை 'அக்பர்நாமா' முழுமையாகப் பதிவு செய்வதில்லை. 1602ம் வருடத்துடன் நின்றுவிடுகிறது.

காரணம், அந்த ஆண்டுதான் அபுல் ஃபஸல் படுகொலை செய்யப்பட்டார்!

சிந்தனையாளர், எழுத்தாளரான அபுல் ஃபஸலுக்கு விரோதிகளா இருக்கப்போகிறார்கள்? அவரைக் கொல்லும் அளவுக்கு யாருக்கு அவர்மீது விரோதம்?

கொஞ்சம் சோகமான கதை அது. அக்பருக்கும் அவர் மகன் சலிமுக்கும் இடையிலான பிரச்னையில் எக்குத்தப்பாகச் சிக்கிக்கொண்டதால், அபுல் ஃபஸல் உயிரிழக்க நேர்ந்தது.

அக்பர், சலிம் பிரச்னையைப் பின்னர் விரிவாகப் பார்க்கலாம், அந்தச் சண்டையில் சலிமுக்கு எதிராக அபுல் ஃபஸல் பேச நேர்ந்தது என்பதைமட்டும் இப்போது தெரிந்துகொண்டால் போதும்.

இதனால், சலிமுக்கு எரிச்சல். தன்னுடைய விசுவாசிகளில் ஒருவரான வீர் சிங் பந்தெலா என்பவர்மூலம் அபுல் ஃபஸலைக் கொன்றுவிட்டார்.

அபுல் ஃபஸலின் சகோதரர் ஒருவரும் 'நவரத்தினங்கள்' பட்டியலில் இடம் பெற்றிருந்தார். அவருடைய முழுப் பெயர் 'ஷேக் அபு அல்ஃபைஸ் இப்ன் முபாரக்'. புனைபெயர் 'ஃபைஸி'.

பெர்ஷிய மொழி, அரபி மொழி ஆகியவற்றுடன் சமஸ்கிருதமும் அறிந்தவர் ஃபைஸி, அக்பரின் மகன்களாகிய சலிம், முராத் மற்றும் தானியல் ஆகியோருக்குப் பாடம் கற்பித்துக்கொண்டிருந்தார். அதன்மூலம் அக்பருக்கு நெருக்கமாகி அவருடைய அரசவையில் இடம் பிடித்தார், பல முக்கியமான நூல்கள், மொழிபெயர்ப்புகளை வழங்கியவர்.

நவரத்தினங்களில் இன்னொரு கவிஞர், அப்துல் ரஹிம் கான். இவர் அக்பருடைய வழிகாட்டியாகிய பைரம் கானின் மகன்.

இன்னொருவிதத்தில், இவர் அக்பருடைய மகனும்கூட!

பைரம் கான் அவரது விரோதிகளால் கொல்லப்பட்டது நினைவிருக்கிறதல்லவா? அதன்பிறகு, அவருடைய மனைவியும் மகன் அப்துல் ரஹிம் கானும் அக்பரின் சபைக்கே திரும்பினார்கள். அவர்களுடைய நிலைமையைப் பார்த்து வருந்திய அக்பர், வேண்டிய உதவிகளைச் செய்ய ஒப்புக்கொண்டார்.

பின்னர், பைரம் கானின் மனைவியை அக்பரே திருமணம் செய்துகொண்டார். ஆகவே, அப்துல் ரஹிம் கான் அக்பருக்கு மகன் முறை!

நவரத்தினங்களில் வேறொருவரும் அக்பருக்கு மகன்போல, அவர், ராஜா மன்சிங்.

ராஜபுத்திர வம்சத்தினருடன் அக்பருக்குத் திருமண உறவு இருந்தது என்று பார்த்தோம். அப்படி அவருக்குச் சொந்தமானவர்தான் இந்த மன்சிங். அக்பர் அவரை 'ஃபர்ஸான்' (மகனே) என்று அன்பாக அழைப்பாராம்.

அக்பருடைய ஆட்சியில் ராஜா மன்சிங்கின் முக்கியமான சாதனை, நாம் ஏற்கெனவே பார்த்த ராணா பிரதாப் சிங்கைக் கட்டுப்படுத்தியதுதான். பின்னர் அவர் பெங்கால், பீகார் மற்றும் ஒரிஸ்ஸா பகுதிகளின் கவர்னராகச் செயல்பட்டார்.

பீர்பால்போலவே ஏகப்பட்ட நாடோடிக் கதைகளில் இடம் பிடித்த இன்னொரு 'நவரத்தினம்', தான்சேன். மிகச் சிறந்த ஹிந்துஸ்தானி இசைக்கலைஞர்.

தான்சேன் 'மேக் மல்ஹார்' ராகத்தில் பாடினால் மழை பொழியும், 'தீபக்' என்ற இன்னொரு ராகத்தைப் பாடினால் விளக்குகளில் நெருப்பு பற்றிக்கொள்ளும், அடங்க மறுக்கும் மிருகங்களை அமைதிப்படுத்தும் சக்தி அவருடைய சங்கீதத்துக்கு உண்டு என்று பலவிதமான குறிப்புகள் இருக்கின்றன. தான்சேனின் குரல், இசைஞானம்பற்றிக் கேட்கக் கேட்க, இவையெல்லாம் முழு உண்மைகளாக இருக்கக்கூடும் என்றுதான் நம்பத்தோன்றுகிறது.

அக்பரைச் சந்திப்பதற்குமுன், வேறொரு அரசரின் அவையில் இருந்தார் தான்சேன். அவருடைய திறமையைப்பற்றிக் கேள்விப்பட்ட அக்பர் அவரைத் தன்னுடைய சபைக்கு வரவழைத்துக்கொண்டார். 'தலைசிறந்த அறிஞர்' எனப் பொருள்படுகிற 'மியான்' என்ற பட்டத்தைக் கொடுத்துப் பாராட்டினார்.

அதன்பிறகு, ஃபதேபூர் சிக்ரியில் தான்சேனின் கச்சேரிகள் அடிக்கடி நடைபெறும். இதற்கென்றே ஒரு குளத்துக்கு நடுவே அழகான மேடை ஒன்றைக் கட்டிக்கொடுத்தாராம் அக்பர்.

தான்சேனின் வாழ்க்கைபற்றி ஆயிரம் கதைகள் இருக்கலாம், ஆனால் ஹிந்துஸ்தானி சங்கீதத்தில் அவர் ஏற்படுத்தியிருக்கும் தாக்கத்தில் எந்தச் சந்தேகமும் கிடையாது. அவருடைய பெயரை நாடறியச் செய்ததில் அக்பருக்கு முக்கியப் பங்கு உண்டு.

ராஜா தோடர்மால், அக்பரின் நிதி அமைச்சர். மக்களைத் துன்புறுத்தாமல், அதேசமயம் மொகலாய சாம்ராஜ்யத்தின் வருவாய் ஆதாரங்களையும் பழுதுபடுத்திவிடாதபடி வரிவிதிப்புக் கொள்கைகளை அறிமுகப்படுத்தியவர் இவர்.

குறிப்பாக, அக்பருடைய ஆட்சியில் இருந்த பகுதிகளைப் பல பிரிவுகளாகப் பகுத்து, ஒவ்வொன்றுக்கும் தனித்தனி வருவாய் அலுவலர்களை நியமித்தது இவருடைய மிகப் பெரிய சாதனை. இதன்மூலம் அரசாங்கத்தின் நிதித்தேவைகள் அதிகச் சிரமமின்றி சரியான நேரத்தில் பூர்த்தி செய்யப்பட்டன.

அக்பர், தோடர்மால் அறிமுகப்படுத்திய இந்த வழிமுறைகள் மிகப் பிரமாதமான வெற்றி கண்டன. அதனால், பின்னர் மற்ற பல அரசர்கள் இதனைக் காப்பியடித்துப் பின்பற்றினார்கள்.

நவரத்தினங்களில் முக்கியமான எல்லாரையும் பார்த்துவிட்டோம். இனி மிச்சமிருப்பது, அக்பருக்கு மிகவும் பிடித்த ஸ்பெஷல் ரத்தினம், பீர்பால்!

12. அரசரின் சிநேகிதர்

'பீர்பால் யார்?' என்று நம் ஊரில் எவரைக் கேட்டாலும், ஒரே ஒரு பதில்தான் வரும், 'தெனாலிராமன்மாதிரி அவர் ஒரு புத்திசாலிக் கோமாளி, அக்பருடைய சபையில் எல்லாரையும் சிரிக்கவைத்துச் சிந்திக்கவைத்தவர்.'

இந்தப் பதிலில் பாதிதான் உண்மை. தெனாலிராமன், பீர்பால் இருவருமே ஏராளமான கதைகளின்மூலம் விகடகவிகளாக நம் மத்தியில் அறியப்பட்டிருந்தாலும், அவர்களிடையே ஒரு முக்கியமான வித்தியாசம் உண்டு.

கிருஷ்ண தேவராயரின் சபையில், தெனாலிராமன் ஒரு பொழுதுபோக்குக் கலைஞர், சாதுர்யமாகப் பேசி அரசரையும் மற்றவர்களையும் மயக்கியவர், அதனாலேயே பலருடைய விரோதத்தைச் சம்பாதித்துக்கொண்டவர், அந்த எதிரிகளையும் புத்திசாலித்தனத்தால் வென்றவர்... தெனாலிராமன் கதைகள்மூலம் நம் மனத்தில் ஏற்படும் பிம்பம் இதுதான்.

பீர்பாலைப் பொறுத்தவரை, அவரும் பொழுதுபோக்காக, புத்திசாலித்தனமாகப் பேசக்கூடியவர்தான், அக்பருக்கு அவருடன் பேசுவது மிகவும் பிடிக்கும், ஆனால், அந்த ஒரு

காரணத்துக்காக மட்டும் அவர் பீர்பாலைத் தன்னுடைய நவரத்தினங்களில் ஒருவராக நியமிக்கவில்லை.

அக்பரின் சபையில் பல நிர்வாக விஷயங்கள், ராணுவ விவகாரங்களைக் கவனித்துக்கொண்டவர் பீர்பால். அவருடைய சார்பில் போர்க்களங்களுக்கெல்லாம் சென்று சண்டை போட்டிருக்கிறார்.

கதைகளில் வருவதுபோல, பீர்பாலும் அக்பரும் நாள்முழுக்கக் காமெடி சமாசாரங்களைமட்டும் அரட்டையடிக்கவில்லை, நாட்டுநடப்புகள், ராஜாங்க விஷயங்கள் தொடங்கி, மதம் குறித்த விவாதங்கள்வரை எல்லாவற்றையும் அவர்கள் மணிக்கணக்காகப் பேசுவதுண்டு. பல முக்கியமான விஷயங்களில் பீர்பாலிடம் கேட்காமல் அக்பர் எந்தத் தீர்மானத்தையும் எடுக்கமாட்டார் என்கிற அளவுக்கு அவருடைய செல்வாக்கு இருந்தது.

அடுத்து, அக்பர்: பீர்பால் கதைகளுக்குப் படம் வரைகிற எல்லாரும், அக்பரை வயதானவராகவும், பீர்பாலை நடுத்தர வயதுக்காரராகவும் வரைகிறார்கள். உண்மையில், அக்பரைவிடப் பதினான்கு வயது பெரியவர் பீர்பால்.

யார் இந்த பீர்பால்? எங்கிருந்து வந்தார்? எப்படி அக்பருக்கு அறிமுகமானார்? அவருடைய சபையில் இவருக்கு அத்தனை முக்கியத்துவம் எப்படிக் கிடைத்தது?

பீர்பாலின் நிஜமான பெயர், மகேஷ்தாஸ் பட். பின்னர் இவரே தனக்கு 'பிரம்ம கவி', 'பிரம்ம தத்தா' என்றெல்லாம் புனைபெயர்களைச் சூட்டிக்கொண்டார். ஆனால் அக்பர் விரும்பித் தேர்ந்தெடுத்த 'ராஜா பீர்பால்' என்ற பெயர்தான் சரித்திரத்தில் நிலைத்தது.

இன்னொரு காமெடி, 'பீர்பால்' என்ற பெயரின் அர்த்தம் என்ன என்று யாருக்கும் நிச்சயமாகத் தெரியவில்லை. 'பெரிய வீரன்' என்ற பொருளைக் கொண்ட 'வீர்வர்' என்ற பெயரை அக்பர் அவருக்குச் சூட்டியதாகவும், பின்னர் இது பீர்பால் என்று திரிந்துவிட்டதாகவும் சொல்கிறார்கள். இது ஓரளவு ஏற்றுக்கொள்ளக்கூடிய காரணமாக இருக்கிறது.

ஓர் எளிய இந்துக் குடும்பத்தில் பிறந்த பீர்பாலுடைய (அதாவது மகேஷ்தாஸுடைய) தந்தை பெயர் கங்காதாஸ், தாத்தா ருப்தர், அவர் சமஸ்கிருத மொழியில் பெரிய விற்பன்னர்.

பீர்பாலுக்கு ஐந்து வயதில் அவருடைய தாத்தாவே சமஸ்கிருதம் சொல்லிக்கொடுக்க ஆரம்பித்தார். பின்னர் அவர் ஹிந்தி மற்றும் பெர்ஷிய மொழிகளையும் கற்றுக்கொண்டார்.

சின்ன வயதிலிருந்தே, பீர்பாலுக்குப் படிப்பு ஆர்வம் மிக அதிகம். எதைச் சொன்னாலும் சட்டென்று கற்றுக்கொள்வார். எல்லாக் கேள்விகளுக்கும் சூட்டிகையாகப் பதில் சொல்வார்.

படிப்புதவிர, அவருக்குச் சங்கீத ஆர்வமும் இருந்தது. பிரமாதமாகக் கவிதையும் எழுதுவார். அவருடைய திறமைக்கு, மிகப் பெரிய அளவில் படித்து முன்னேறியிருக்கவேண்டும். ஆனால், குடும்பச் சூழ்நிலை காரணமாக, அவர் மிகச் சிறிய வயதிலேயே வேலைக்குச் செல்ல நேர்ந்தது.

நல்லவேளையாக, ஏதோ குமாஸ்தா உத்தியோகமாக இல்லாமல், ஓர் உள்ளூர் அரசரின் சபையில் கவிதை பாடுவது, வேடிக்கையாகப் பேசுவது போன்ற வேலைகள் அமைந்தன. தன்னுடைய தனிப்பட்ட கஷ்டங்களை மறந்து அடுத்தவர்களைச் சிரிக்கவைத்துக்கொண்டிருந்தார்.

கொஞ்ச நாள் கழித்து, பீர்பால் இன்னோர் அரசரின் சபைக்கு மாறினார். அங்கேயும் கிட்டத்தட்ட அதேமாதிரி வேலைதான், அதேமாதிரி சுமாரான வருவாய்தான்.

நல்லவேளையாக, பீர்பாலுக்கு வாழ்க்கைப்பட்ட மனைவி கொஞ்சம் பணக்காரக் குடும்பத்திலிருந்து வந்தவர். ஆகவே, அவர்கள் ஓரளவு கௌரவமாகவே வாழ்ந்தார்கள்.

என்னதான் பீர்பால் ஒரு சின்னஞ்சிறிய தேசத்தில் வாழ்ந்தாலும், அவருடைய திறமை அக்கம்பக்கத்துத் தேசங்களுக்கெல்லாம் பரவியது, பேரரசர் அக்பரின் காதுகளையும் எட்டியது.

திறமைசாலிகள் எங்கே இருந்தாலும் அழைத்துவந்து ஆதரவளிக்கிறவர் அக்பர். அவர் இந்த மகேஷ்தாஸையும் தன்னுடைய சபையில் சேர்த்துக்கொள்ள விரும்பினார்.

ஆரம்பத்தில், அக்பருடைய சபையிலும் பீர்பாலுக்குக் கவிதை பாடுகிற வேலைதான். அந்தப் பணியை மிகச் சிறப்பாகச் செய்து 'கவி ராய்' என்று அக்பர் கையாலேயே பாராட்டுப் பெற்றார் அவர்.

அதன்பிறகு, அவரிடம் சில நிர்வாகப் பணிகள் ஒதுக்கப்பட்டன. அவற்றில் நன்கு செயலாற்றியதால் ராணுவம் தொடர்பான சில பொறுப்புகளையும் ஒப்படைத்தார்கள்.

1572ம் ஆண்டு, அக்பரின் ராணுவம் பஞ்சாபுக்குச் சென்றபோது, பீர்பாலும் அதில் முக்கியப் பொறுப்பேற்றுச் சென்றார், நேரடி யுத்தத்தில் கலந்துகொண்டு போரிட்டார். பின்னர் குஜராத்தில் நடைபெற்ற இன்னொரு போரிலும் அவர் பங்கேற்றார், தன்னுடைய விவேகத்துக்காகமட்டுமின்றி, வீரத்துக்காகவும் பாராட்டுப் பெற்றார்.

அதன்பிறகு, அக்பருக்கு அவர் இன்னும் நெருக்கமாகிவிட்டார். சின்ன வம்பு வழக்குகளில் ஆரம்பித்து, மதம் சார்ந்த கருத்துகள், 'தீன் இலாஹி'க் கொள்கைகள் உள்பட, தன் மனத்தில் இருந்த எதையும் பீர்பாலிடம் பகிர்ந்துகொள்வதற்கு அக்பர் தயங்கியதே கிடையாது.

அக்பரையும் பீர்பாலையும் கதாபாத்திரங்களாக வைத்து நாம் இப்போது வாசிக்கும் கதைகள், பெரும்பாலும் கற்பனைதான். என்றாலும், பல வருடங்களாக நீடித்த இந்த விசேஷ நட்பைப் பின்னணியாக வைத்து உருவாக்கப்பட்டவை அவை. அந்தவிதத்தில் சரித்திர முக்கியத்துவம் பெறுகின்றன.

1586ம் ஆண்டு, ஆஃப்கன் எல்லைப்புறத்தில் ஒரு பிரச்னை. அதைச் சமாளிக்க அக்பர் சில படைகளை அனுப்பினார். எல்லாரும் உதை வாங்கித் திரும்பிவந்தார்கள்.

அடுத்து என்ன செய்வது என்று புரியாமல் அக்பர் குழம்பிக் கொண்டிருக்கும்போது, பீர்பால் முன்னே வந்தார், 'நான் படைகளுக்குத் தலைமை தாங்கிச் செல்கிறேன் அரசே' என்றார்.

அப்போது பீர்பால் இருந்த புகழுக்கும் செல்வாக்குக்கும், அவர் போர்க்களத்துக்குச் செல்லவேண்டிய அவசியமே இல்லை. ஆனால், அவர் தனது வீரத்தை நிரூபிப்பதற்கான ஒரு வாய்ப்பாக இதனைக் கருதினார்.

ஒரே பிரச்னை, பீர்பால்போலவே, அக்பரின் நவரத்தினங்களில் இன்னொருவரான அபுல் ஃபஸலும் இந்தப் போரில் பங்கேற்க விரும்பினார். அவருக்கும் அதே படைகளுக்குத் தலைமை தாங்க ஆசை.

ஒரே படைக்கு எப்படி இரண்டு தலைவர்கள் இருக்கமுடியும்? 'உங்களில் யாராவது ஒருவரைத்தான் அங்கே அனுப்பமுடியும்' என்று உறுதியாகச் சொல்லிவிட்டார் அக்பர். யார் அந்த ஒருவர்?

'இருவர் பெயரையும் சீட்டுகளில் எழுதிப் போட்டுக் குலுக்குவோம்' என்றார் ஒருவர், 'அதில் யார் பெயர் வருகிறதோ அவர்கள் படைக்குத் தலைமை தாங்கட்டும்.'

இதற்கு அபுல் ஃபஸலும் பீர்பாலும் ஒப்புக்கொண்டார்கள். சீட்டுகள் தயாராகின, அதில் ஒன்றை எடுத்துப் பிரித்தால், உள்ளே பீர்பாலின் பெயர் இருந்தது.

மிகுந்த மகிழ்ச்சியுடன், ஆக்கிரமிப்பாளர்களை ஒடுக்கப் புறப்பட்டார் பீர்பால். வேறெந்தப் பாராட்டையும்விட, இதைதான் அவர் பெரிய செல்வமாகக் கருதியிருக்கவேண்டும்.

ஆனால், அந்தப் போரில் பீர்பாலால் வெற்றிபெறமுடியவில்லை. யாரோ ஒரு துரோகி அவர்களைத் தவறான பாதையில் அழைத்துச் சென்று பழிவாங்கிவிட்டதாகச் சொல்கிறார்கள்.

எப்படியோ, ஆக்கிரமிப்பாளர்களை அடக்குவதற்காக அக்பர் அனுப்பிவைத்த பல ஆயிரம் வீரர்கள் கொல்லப்பட்டார்கள், அதில் பீர்பாலும் ஒருவர்.

பீர்பாலின் மரணச் செய்தி கேட்ட அக்பர் பெரும் அதிர்ச்சியில் ஆழ்ந்தார். அடுத்த இரண்டு நாள் அவர் சாப்பிடவில்லை, தூங்கவில்லை, அரசவைக்குக்கூட வரவில்லை.

அதன்பிறகு, பல நாள்கள் அவர் துக்கம் அனுஷ்டித்தார். தனது நெருங்கிய நண்பரின் இழப்பிலிருந்து வெளிவருவதற்கு மிகவும் சிரமப்பட்டார் அக்பர்.

ராஜா பீர்பாலைக் கொன்ற அந்த எதிரிகள் சாதாரணமானவர்கள் அல்லர், பின்னர் ராஜா தோடர்மால், ராஜா மன்சிங் உள்ளிட்ட பல மொகலாயத் தளபதிகள், வீரர்கள் மிகவும் சிரமப்பட்டுப் போராடிதான் அவர்களை வெல்லமுடிந்தது.

எத்தனை ஜெயித்து என்ன பலன்? பீர்பால் மீண்டும் உயிரோடு வரப்போகிறாரா என்ன? அக்பருடைய வேதனை கொஞ்சமும் குறையவில்லை.

முதுமைப் பருவத்தில் அவரை வாட்டிய இன்னொரு விஷயம், வாரிசுப் பிரச்னை!

★★★

13. நானே ராஜா!

அக்பர் தனக்கு வாரிசு இல்லாமல் போய்விடுமோ என்கிற கவலையில் இருந்த நேரத்தில், 'உனக்கு மூன்று மகன்கள் பிறப்பார்கள்' என்று ஆசி கூறியவர் சலிம் சிஸ்டி.

1569ம் ஆண்டு, அக்பரின் முதல் மகன் சலிம் பிறந்தான். அடுத்த வருடமே முராத், தானியல் என மேலும் இரண்டு மகன்கள். சலிம் சிஸ்டியின் வாக்கு பலித்துவிட்டது.

அக்பர் தன்னுடைய மகன்களை மிகவும் அன்பாகத்தான் வளர்த்தார், ஆட்சிப் பணிகளுக்கிடையே தன்னால் முடிந்தவரை அவர்களுடன் நேரம் செலவிட்டார். நல்ல ஆசிரியர்களாகப் பார்த்து நியமித்துப் பாடம் சொல்லித்தரச்செய்தார். இளவரசர்களுக்குத் தேவையான எல்லாப் பயிற்சிகளுக்கும் ஏற்பாடு செய்தார்.

அன்றைய வழக்கத்தின்படி, அக்பருடைய மகன்களும் இள வயதிலேயே போர்க்களத்துக்குச் சென்றார்கள். அதில் வெற்றியும் கண்டார்கள்.

அவர்கள் 'வெற்றி கண்டார்கள்' என்று சொல்வது ஒரு சம்பிரதாயத்துக்குதான். அக்பருடைய ஆட்சிக்காலத்தில் அவர் ஜெயிக்காத போர்களே இல்லை. அவர் சென்றாலும், அவரது

தளபதிகள் சென்றாலும், மந்திரிகள் சென்றாலும், மகன்கள் சென்றாலும், வெற்றிமட்டும் உறுதி.

இப்படித் தொடர்ந்து ஜெயித்துக்கொண்டே இருக்கும் ஓர் அரசருக்கு, போர் ஆர்வம் குறையவே குறையாது. இன்னும் இன்னும் படையெடுக்கவேண்டும், தன் ராஜ்ஜியத்தை மேலும் மேலும் விரிவுபடுத்தவேண்டும் என்ற ஆசை ஆண்டுக்கு ஆண்டு அதிகரிக்கும்.

அக்பரும் அப்படித்தான், பிறந்த சில மாதங்களுக்குள் யுத்த களத்தில் கைவிடப்பட்ட அவர், பதினான்கு வயதில் ஆட்சிக்கு வருவதற்கு முன்பிருந்தே போர்களில் ஆர்வத்துடன் ஈடுபடத் தொடங்கிவிட்டார், பின்னர் வயது அறுபதைத் தொடப்போகும் சூழ்நிலையிலும் சண்டை போடுவதைமட்டும் நிறுத்தவே இல்லை. அடுத்து எந்த தேசம் என்று குறிவைத்து அடிப்பதிலேயே வெறியோடு இருந்தார்.

இப்படி அவர் போர்களிலும் ராஜ்ஜியக் கடமைகளிலும் அதிக நேரத்தைக் கழிக்கவேண்டியிருந்ததாலோ என்னவோ, தன்னுடைய மகன்கள் எப்படி வளர்கிறார்கள் என்று தொடர்ந்து கவனிக்க அவரால் முடியவில்லை. அவர்களுக்கு வேண்டியதைச் செய்துகொடுத்தார், மற்றபடி எல்லாம் அவர்களுடைய தாய்மார்கள், மற்ற உறவினர்கள் கவனித்துக்கொள்வார்கள், தங்களுடைய வம்சத்துக்கு உரிய பெருமையை அவர்கள் காப்பாற்றுவார்கள் என்கிற நம்பிக்கையில் இருந்துவிட்டார்.

சலீம், முராத், தானியல் மூவருமே நல்ல பையன்கள்தான் என்று சரித்திரக் குறிப்புகள் சொல்கின்றன, அவர்களுக்கு வாய்த்த சிநேகிதர்கள்தான் சரியில்லையாம்!

இவர்கள் அவர்களைக் கெடுத்தார்களோ, அல்லது அவர்களாகக் கெட்டுப்போனார்களோ, அக்பரின் மூன்று மகன்களும் குடிக்கும் போதைப்பொருள்களுக்கும் அடிமையாகிவிட்டது உண்மை.

இந்த விஷயம் அக்பரை மிகவும் பாதித்தது. 'சும்மா கேளிக்கைக்காகக் குடிப்பதாவது ஒருவிதத்தில் பரவாயில்லை,

நாளைக்கு நாட்டை ஆளப்போகிறவர்கள் இப்படி நாள்முழுவதும் குடித்துவிட்டு மயங்கிக்கிடந்தால் என்ன அர்த்தம்?' என்று ஆத்திரப்பட்டார்.

என்னதான் அக்பர் நிஜமாகவே டெல்லிக்கு ராஜாவானாலும், தந்தையுடைய கோபத்தையெல்லாம் மதிக்கும் நிலையில் அவரது மகன்கள் இல்லை. தொடர்ந்து குடி, கும்மாளம் என்று நேரத்தைச் செலவிட்டார்கள். அவர்களைத் திருத்துவதற்கு அக்பர் எடுத்த முயற்சிகளெல்லாம் வீணாகின.

இதனால், வெற்றி தவிர வேறெதையும் கேள்விப்படாத அக்பர், முதன்முறையாகத் தோல்வியைக் கண்டு பயந்தார். இவர்கள் இப்படிக் குடித்துக் குடித்து உடம்பைக் கெடுத்துக்கொள்வதால், தனக்குப்பின் இந்த மொகலாய சாம்ராஜ்யத்தை ஆளக்கூடிய ஒரு நல்ல அரசர் இல்லாமல் போய்விடுவாரோ என்பது அவருடைய கவலை.

1599ம் ஆண்டு, குடிப் பழக்கத்தின் பின் விளைவுகளால் அக்பரின் இரண்டாவது மகன் முராத் அகால மரணமடைந்தார். அப்போது அவருக்கு வயது இருபத்தொன்பதுதான்.

மிஞ்சியிருப்பது சலிம் மற்றும் தானியல் இருவர்தான். சக்திவாய்ந்த பேரரசர் அக்பரால், இவர்களையாவது குடியின் பிடியிலிருந்து காப்பாற்றமுடியுமா?

அக்பர் பலவிதங்களில் போராடினார். ஆனால் அவருடைய மகன்கள் கொஞ்சம்கூட அசைந்துகொடுக்கவில்லை. மேலும் மேலும் போதை, கேளிக்கைகளுக்கு அடிமையாகிக்கொண்டிருந்தார்கள்.

குறிப்பாக, அக்பர் தவமிருந்து பெற்ற மூத்த மகன் சலிம் அவருக்குக் கொஞ்சம்கூட அடங்க மறுத்தான். இதனால், வீட்டில் (அதாவது, அரண்மனையில்) எப்பப்பார் சண்டை.

பிரச்னைக்குக் காரணம், மது அல்ல, மன்னர் பதவி!

அக்பர் பதினான்கு வயதில் ராஜாவாகிவிட்டார். ஆனால், அவருடைய மகன் சலிமுக்கு முப்பது வயது தாண்டியும் அந்த யோகம் இல்லை.

வயதெல்லாம் ஒரு பெரிய விஷயமா? இன்னும் கொஞ்ச நாளில் அரசருக்குப்பின் அந்தப் பதவி மூத்த மகன் சலிமுக்குதானே வரப்போகிறது?

அது சரி, ஆனால், அரசர்தான் நாளுக்கு நாள் மேலும் சுறுசுறுப்பாக மாறிக்கொண்டிருக்கிறாரே, அவருடைய கம்பீரத்தைப் பார்த்தால் இன்னும் பல வருஷங்கள் ஆட்சி செய்வார்போல் தெரிகிறதே!

இந்த வயதிலும் ஆரோக்கியம், உற்சாகத்தோடு வாழ்கிற அப்பாவைப் பார்த்துச் சந்தோஷப்பட சலிமுக்குத் தெரிய வில்லை. 'இவர் எப்போ தலையைச் சாய்க்கறது, நான் எப்போ ராஜாவாகறது?' என்று நேரடியாகவே புலம்ப ஆரம்பித்துவிட்டார்.

அதற்கேற்ப, அக்பர் 40 வருடங்களைத் தாண்டியும் கம்பீரமாக ஆட்சி நடத்திக்கொண்டிருந்தார். கிரீடத்துக்காகக் காத்திருந்த சலிம் வெறும் இளவரசர் பதவியோடு திருப்தியடைய வேண்டியிருந்தது.

வருத்தத்தில் மூழ்கிய சலிம், முன்பைவிட இன்னும் அதிகமாகக் குடிக்க ஆரம்பித்தார். கொஞ்சம் கொஞ்சமாக அவருடைய உடல்நிலையும் சீர்கெட்டுக்கொண்டிருந்தது.

சிலர், சலிமின் கவலைக்கு இன்னொரு காரணமும் சொல்வார்கள், அனார்கலி!

லைலா: மஜ்னு, அம்பிகாபதி: அமராவதி, ரோமியோ: ஜூலியட் போன்ற சரித்திரக் காதலர்கள் வரிசையில் சலிம்: அனார்கலியும் வைத்துப் போற்றப்படுகிறார்கள். அந்தக் காதல் ஜோடிகளைப் பிரிப்பதற்காக அனார்கலியை உயிரோடு நிற்கவைத்துச் சமாதி எழுப்பிய 'வில்லன்' அக்பரைத் திட்டித் தீர்க்கும் கதைகள், கவிதைகள், காவியங்கள், நாடகங்கள், திரைப்படங்கள் ஏராளம்.

ஆனால் உண்மையில், அனார்கலி என்று ஒரு பெண்ணே இல்லை, அவள் சலிமைக் காதலிக்கவும் இல்லை, அக்பர் அவர்களுடைய காதலைப் பிரிக்கவும் இல்லை!

அபுல் ஹலிம் ஷரார் என்பவர் எழுதிய கற்பனைக் கதை ஒன்றில் இடம்பெற்ற பாத்திரம்தான் அனார்கலி. பின்னர் அது பல மொழிகளில் நாவலாக எழுதப்பட்டு, சினிமாவாகவெல்லாம் எடுக்கப்பட்டுப் பெரும் புகழ் பெற்றுவிட்டது. ஒருகட்டத்தில் எது கதை, எது கற்பனை என்று தெரியாமல் எல்லாவற்றையும் மொத்தமாகச் சேர்த்துக் குழப்பிவிட்டார்கள்.

இந்தக் களேபரத்தில் உதைபட்டது, சரித்திரம்தான். ஒரு கற்பனைக் கதாபாத்திரத்தைக் கொன்றதாக அவர்மீது குற்றம் சாட்டிக் கூண்டில் ஏற்றிவிட்டார்கள்.

ஆக, இளவரசர் சலிம் பெரிய குடிகாரராக மாறிக் கெட்டுப்போனதற்குக் காரணம், அனார்கலியின் பிரிவு அல்ல. 'நான் எப்ப ராஜா ஆவேன்?' என்கிற அவருடைய கவலைதான்.

சலிம் ஏன் கவலைப்படவேண்டும்? அக்பருக்குப்பிறகு அவர்தானே அரசர்? அதில் சந்தேகம் எதுவும் இல்லையே!

உண்மைதான். ஆனால் அது எப்போது நடக்கும்? இளமையில் ராஜாவானால் ரசிக்கலாம், அனுபவிக்கலாம், தள்ளாடிக் கிழப்பருவம் எய்தியபிறகு கிரீடம் வந்து என்ன புண்ணியம்?

1599ம் வருடம், தெற்கே தக்காணப்பகுதியில் போர் புரியக் கிளம்பினார் அக்பர். தான் இல்லாத நேரத்தில் மகன் ஏதாவது குழப்பம் செய்வானோ என்று அவருக்குத் தோன்றியிருக்கவேண்டும், சலிமைக் கூப்பிட்டார், 'நீ உடனடியாப் புறப்பட்டு மேவாருக்குப் போ' என்றார்.

'தங்கள் கட்டளை, என்னுடைய கடமை' என்றார் சலிம், 'எனக்கு மேவாரில் என்ன வேலை?'

'வேறு என்ன? வழக்கம்போல் ராஜபுத்திரர்களுடைய தொல்லைதான். அவர்களைக் கொஞ்சம் அடித்து விரட்டிவிட்டு, அங்கே நம்முடைய ராஜ்ஜியத்தை வலுப்படுத்தவேண்டும். அது உன்னுடைய பொறுப்பு!'

சலிம் தலையசைத்தார். 'ஆனால், அதற்குமுன்னால் நான் அலஹாபாத் செல்லவேண்டும்' என்றார்.

'எதற்கு?'

'இந்தப் போருக்கு வேண்டிய ஆயுதங்கள், படை வீரர்களைத் திரட்டவேண்டியிருக்கிறது' என்றார் சலிம். 'அதன்பிறகு நாம் நேராக மேவார் செல்லவேண்டியதுதான்.'

அக்பர் ஒப்புக்கொண்டார். சலிம் புறப்பட்டு அலஹாபாத் சென்றார். ஆனால், அவர் மனத்தில் மேவார் செல்கிற எண்ணமும் இல்லை, சண்டை போடுகிற விருப்பமும் இல்லை.

பின்னே? அக்பருக்குதான் சண்டை என்றால் சர்க்கரை, அவர் மகன் சலிம் ஆபத்தான யுத்த களத்துக்குச் சென்று உயிரைப் பணயம் வைத்துப் போராடுவதற்குத் தயாராக இல்லை. அலஹாபாத் சென்றவுடன் வழக்கம்போல் குடியும் குடித்தனமுமாக உட்கார்ந்துவிட்டார்.

இந்த நேரத்தில் சலிமுக்கு ஒரு யோசனை தோன்றியது. 'அரசர் இல்லாத நேரத்தில் ஆக்ராவைத் தாக்கி நமக்குச் சொந்தமாக்கிக்கொண்டால் என்ன?'

அதாவது, அக்பராகப் பார்த்துத் தனக்கு நாட்டைத் தரும்வரை காத்திருக்காமல், தானாக எடுத்துக்கொள்வது. இதை சலிம் அவராக நினைத்தாரா, பக்கத்தில் இருந்தவர்கள் சொல்லித்தந்தார்களா என்று தெரியவில்லை.

உண்மையில் சலிம் நினைத்ததுபோல் அவரால் ஆக்ராவை அத்தனை சுலபத்தில் கைப்பற்றியிருக்கமுடியாது. ஏற்கெனவே இந்த விஷயத்தில் ஹுமாயூன் அனுபவித்த அவஸ்தைகளைத் தெரிந்துகொண்டிருந்த அக்பர், போதுமான பாதுகாப்பு ஏற்பாடுகளைச் செய்துவிட்டுதான் தக்காணத்துக்குப் புறப்பட்டார், தான் அருகே இல்லாவிட்டாலும் தன்னுடைய முக்கியமான நகரங்கள், கோட்டைகள், அரண்மனைகள், எல்லைகள், கஜானாக்கள் போன்றவற்றை மிகப் பாதுகாப்பாகப்

பார்த்துக்கொள்ளக்கூடிய நபர்களைத் தேர்ந்தெடுத்து, எல்லாவற்றையும் அவர்களுடைய பொறுப்பில் விட்டிருந்தார்.

இதைப் புரிந்துகொண்ட சலிம், ஆக்ராபக்கம் வரவில்லை. அங்கே அலஹாபாதுக்கு ராஜாவாகத் தன்னை அறிவித்துக்கொண்டார். தன்னிச்சையாக ஆட்சி நடத்த(?) ஆரம்பித்தார்.

இந்த விஷயம் அக்பர் காதுக்குச் சென்றது. ஆனால் அவர் சலிம்மீது ஏதும் நடவடிக்கை எடுக்கவில்லை. 'ஏதோ வம்பு, தும்பு இல்லாமல் ஓர் இடத்தில் விழுந்து கிடந்தால் சரி' என்று நினைத்திருப்பாரோ என்னவோ!

அடுத்த இரண்டு வருடங்கள், சலிம் தனிக் குடித்தனமாக இருந்தார். தன்னுடைய படையை விரிவுபடுத்தினார். ஆனால் கெட்ட பழக்கங்கள் கொஞ்சமும் குறையவில்லை.

1602ம் ஆண்டு, சலிமுக்கு மீண்டும் கவலை, 'அலஹாபாத் போதாது, ஆக்ரா வேண்டும், ஒட்டுமொத்த இந்தியாவுக்கும் நான் அரசனாகவேண்டும்!'

இதையடுத்து, அவர் தன்னுடைய தந்தைமீதே படையெடுக்கத் துணிந்துவிட்டார். அதற்காகப் பல ஆயிரம் வீரர்களைத் திரட்டிக்கொண்டு புறப்பட்டார்.

அங்கே ஆக்ராவில் பதற்றம், இளவரசர் எதற்காக வருகிறார்? தந்தையைச் சந்திக்கவா? அல்லது, நம்மைத் தாக்கவா? முதல் காரணம் என்றால் அனுமதிக்கவேண்டும், இரண்டாவது காரணம் என்றால் எதிர்க்கவேண்டும், இப்போது என்ன செய்வது? யாருக்கும் புரியவில்லை.

அப்போதைய மொகலாயப் படையுடன் ஒப்பிட்டால், சலிம் கையில் இருந்தது ஜுஜுபி. போர் நடந்திருந்தால், சலிமின் கூட்டாளிகளை அரை மணி நேரத்தில் நசுக்கித் தேய்த்திருப்பார் அக்பர்.

நல்லவேளையாக, சலிம் நேரடியாக அக்பருடன் மோதவில்லை. 'பேரரசரைச் சந்திக்க விரும்புகிறேன்' என்று செய்திமட்டும் அனுப்பினார்.

அக்பர் இதுமாதிரி எத்தனை கில்லாடிகளைப் பார்த்திருப்பார்! 'என்னைச் சந்திக்க விரும்பினால் தனியாக வா, படையுடன் வராதே' என்று பதில் அனுப்பிவிட்டார்.

சலிம் யோசித்தார். இந்த நேரத்தில் அக்பரை எதிர்ப்பது புத்திசாலித்தனம் அல்ல என்று அவருக்குப் புரிந்தது. சத்தமில்லாமல் திரும்பிச் சென்றுவிட்டார்.

அதன்பிறகும், அவருடைய ஆதங்கம் தீரவில்லை. அக்பரைச் சங்கடப்படுத்தும்விதமாகப் பல்வேறு நடவடிக்கைகளில் தொடர்ந்து ஈடுபட்டுக்கொண்டிருந்தார்.

அக்பர் நினைத்திருந்தால், ஒரே நாளில் சலிமை அழித்திருக்கமுடியும். ஆனால், அவர் அப்படிச் செய்யவில்லை. சலிம் எத்தனை தூரம் ஆடியபோதும் பொறுமையாக விட்டுவைத்தார். அதற்குப் பல காரணங்கள்.

முதலில், என்னதான் சலிம் குடிகாரர், தந்தைக்கு எதிராகப் போர்க்கொடி தூக்கியவர் என்றாலும், அவரைவிட்டால் அக்பருக்கு வாரிசு என்று உருப்படியாக யாரும் இல்லை. முராத் ஏற்கெனவே இறந்துவிட்டார், தானியலும் குடிப்பழக்கத்துக்கு அடிமையாகி வீணாகிக்கொண்டிருந்தார்.

ஆக, அக்பர் விரும்பினாலும் விரும்பாவிட்டாலும், அவருக்குப்பிறகு சலிம்தான் மன்னராகவேண்டும். வேறு வழியில்லை.

தவிர, ஹுமாயூன் தன்னுடைய தம்பிகளின்மீது நடவடிக்கை எடுக்கத் தயங்கியதுபோல், அக்பரும் தன் மகனைத் தண்டிப்பதற்குத் தயங்கினார். 'எல்லாம் சரியாகிடுவான், கொஞ்சம் விட்டுப்பிடிங்க' என்று அந்தப்புரத்துப் பெண்கள், உறவுக்காரர்களுடைய சிபாரிசு வேறு.

இதனால், அக்பர் வேறு வழியில் சலிமின் கவலையைத் தணிக்க முயன்றார். 'மகனே, உன்னைச் சில பகுதிகளுக்குக் கவர்னராக நியமிக்கிறேன்' என்று செய்தி அனுப்பினார்.

சலிம் சிரித்தார். 'நான் இங்கே ராஜாவாக ஆட்சி நடத்திக்கொண்டிருக்கிறேன், எனக்கு கவர்னர் பதவியைப் பிச்சை போடுகிறீர்களா?' என்று மறுத்துவிட்டார்.

மறுபடியும் அதே பழைய இழுபறி. அக்பர் எதையோ சொல்ல, சலிம் எதிர்த்துப் பேச, இருவருக்கும் நடுவிலான விரிசல் நாளுக்கு நாள் பெரிதானது.

அக்பர் தன்னுடைய நெருங்கிய சிநேகிதரான அபுல் ஃபஸலை அழைத்தார். 'கொஞ்சம் சலிமுக்குப் புத்தி சொல்லிட்டு வாங்க' என்றார்.

'உத்தரவு மஹாராஜா' என்றார் அபுல் ஃபஸல். 'இளவரசரை நல்லபடியாகத் திருத்தி மீண்டும் இங்கே அழைத்துவருவது என்னுடைய பொறுப்பு!'

அபுல் ஃபஸல் நல்ல எண்ணங்களுடன்தான் புறப்பட்டுச் சென்றார். சலிமைச் சந்தித்துப் பேசினார். 'பேரரசருக்கு எதிராகப் படை திரட்டுவது உங்களுடைய எதிர்காலத்துக்கு நல்லதில்லை' என்றார்.

இது சலிமுக்குச் சுத்தமாகப் பிடிக்கவில்லை. 'இந்த ஆள்தான் எனக்கும் அரசருக்கும் இடையே பிரச்னையாக இருக்கிறான்' என்று நினைத்துவிட்டார் அவர்.

ஆக, அபுல் ஃபஸலைத் தீர்த்துக்கட்டத் தீர்மானித்துவிட்டார் சலிம். அதைத் தானே நேரடியாகச் செய்தால் பிரச்னை வரும் என்று தன்னுடைய தொண்டர்களில் ஒருவனை அனுப்பி வேலையைக் கச்சிதமாக முடித்துவிட்டார்.

இந்த விஷயம் அக்பரின் காதுக்குச் சென்றது. அவர் அதிர்ந்துபோய்விட்டார், 'பிரச்னை எனக்கும் உனக்கும்தானே, நடுவில் அபுல் ஃபஸலை ஏன் கொன்றாய்?' என்று தன் மகனை நோக்கிப் புலம்பினார் அவர்.

அப்போது அக்பர் இருந்த கோபத்தில், சலிமை ஏதாவது செய்துவிடுவாரோ என்று அவருடைய உறவுக்காரப் பெண்கள்

பலர் பயந்தார்கள். அரசரைச் சமாதானப்படுத்துவதற்காக அதிரடியாக ஏதாவது செய்யத் தீர்மானித்தார்கள். 'பேரரசே, உங்கள் மகன் சலீம் திருந்திவிட்டான், உங்களிடம் மன்னிப்பு கேட்கத் தயாராக இருக்கிறான்.'

'நிஜமாகவா சொல்கிறீர்கள்?'

'ஆமாம், நாங்கள் அவனை நேரில் வரச்சொல்லட்டுமா?'

அக்பர் யோசித்தார். இன்னும் சலீமுடன் மோதிக்கொண்டிருப்பதில் அர்த்தமில்லை. ஒரு வாய்ப்புத் தருவோம், இனிமேலாவது அவனைத் திருத்தமுடியுமா என்று பார்ப்போம்.

உண்மையில், சலீம் திருந்தி வாழ்கிற எண்ணத்திலேயே இல்லை. அக்பரைச் சமாதானப்படுத்திய அதே உறவுக்காரர்கள்தான் மிகவும் சிரமப்பட்டு, ஏதேதோ ஆசை வார்த்தைகளைச் சொல்லி அவரை இதற்குச் சம்மதிக்கவைத்தார்கள். பேரரசர் முன்னே கொண்டுவந்து நிறுத்தினார்கள்.

சலீம் தன்னுடைய வறட்டு கௌரவத்தை விழுங்கிவிட்டு, அக்பரிடம் மன்னிப்பு கேட்டார். அவரும் பெருந்தன்மையாகத் தன் மகனை மன்னித்துவிட்டார்.

அடுத்த சில நாள்கள், எந்தப் பிரச்னையும் இல்லை. சலீம் நிஜமாகவே திருந்தி வாழ்கிறவரைப்போல் நடந்துகொண்டார். இதைப் பார்த்த அக்பருக்கு மகிழ்ச்சி.

ஆனால், சலீமின் மனத்தில் நிஜமாக என்ன இருக்கிறது? அவர் குடிப் பழக்கத்தை மறந்துவிட்டாரா, செய்த தவறுகளை எண்ணி வருந்துகிறாரா, அல்லது பதவியைப் பிடிப்பதற்காக நாடகமாடுகிறாரா? யாருக்குத் தெரியும்?

சலீமின் சுயரூபத்தைத் தெளிவாகத் தெரிந்துகொள்ளவேண்டுமென்றால், அதற்கு ஒரே ஒரு வழிதான் உண்டு. அதை அக்பர் நன்றாக அறிந்திருந்தார்.

மறுநாள், அக்பர் சலீமைக் கூப்பிட்டு அனுப்பினார், 'முன்பு உன்னை மேவாருக்குப் படையெடுத்துச் செல்லச்சொன்னேன், ஞாபகம் இருக்கிறதா?' என்றார்.

‘சொல்லுங்கள் அரசே!’

‘அந்தப் பகுதியில் இன்னும் ராஜபுத்திரரர்களின் தொந்தரவு தீரவில்லை, அவர்களால் நமக்குப் பிரச்னைமேல் பிரச்னை’ என்றார் அக்பர், ‘நீயே சென்று நிலைமையைச் சமாளித்துவிட்டுத் திரும்பி வா’ என்று சலிமுக்குக் கட்டளையிட்டார்.

இந்தமுறையும், சலிம் அங்கே இங்கே சும்மா பேருக்கு அலைந்தாரேதவிர, மேவாருக்குச் செல்லவில்லை. போருக்குச் செல்கிற உத்தேசத்திலேயே அவர் இல்லை.

காரணம், அவருக்கு முதலில் அக்பருடைய நாற்காலி வேண்டும், கூடுதலாகப் படையெடுத்து ஜெயிப்பது, நாடு பிடிப்பதெல்லாம் அப்புறம்தான்.

அக்பருக்குப்பிறகு அந்த அரியணையில் அமர்கிற உரிமை தனக்குமட்டுமே உண்டு என்று சலிம் நம்பினார். தன்னுடைய மொடாக்குடி தம்பியை ஒரு பெரிய போட்டியாளராகவே அவர் நினைக்கவில்லை.

ஆனால், அவர் சற்றும் எதிர்பாராதவிதமாக, மொகலாய சாம்ராஜ்யத்தின் அடுத்த அரசர் பதவிக்கு இன்னொரு கடுமையான போட்டியாளர் வந்துவிட்டார், அதுவும் சலிமின் சொந்த வீட்டிலிருந்தே!

★★★

14. உலகை வென்றவர்

பேரரசர் அக்பரின் மகன்கள் மூவரும் குடிப்பழக்கத்துக்கு அடிமையாகிவிட்டார்கள் என்ற செய்தி, மொகலாய சாம்ராஜ்யத்தில் எல்லாருக்கும் கவலை தந்தது.

பின்னே? இப்படிப்பட்ட ஓர் அற்புதமான அரசரின் ஆட்சியில் வாழ்ந்துவிட்டு, நாளைக்கே இந்தக் குடிகாரர்களை ராஜாக்களாக ஏற்றுக்கொள்ளமுடியுமா? ஒரு குவளை மதுவுக்காக இவர்கள் இந்த நாட்டை விற்றுச் சாப்பிட்டுவிடமாட்டார்கள் என்பது என்ன நிச்சயம்? இப்படிச் சிலர் யோசித்தார்கள்.

ஒருகட்டத்தில் சலீம் மீண்டும் அக்பருடன் ராசியாகிவிட்ட போதும், இவர்களுக்கு அவர்மீது நம்பிக்கை வரவில்லை. சலீமால் நிச்சயம் ஒரு நல்ல அரசராக இருக்கமுடியாது என்று தங்களுக்குள் கிசுகிசுத்துக்கொண்டார்கள்.

ஆனால், அதற்காக என்ன செய்யமுடியும்? சலீம் என்னதான் சுமாரான இளவரசனாக இருந்தாலும், அவர் அக்பருடைய சொந்த மகனல்லவா? அவரிடம் சென்று 'உங்களுடைய பையனை அடுத்த அரசனாக்கினால் நம் நாட்டுக்கு நல்லதில்லை' என்று சொல்கிற தைரியம் யாருக்கு உண்டு?

இந்தக் கோணத்தில் யோசித்தபோது, அவர்களுக்கு ஓர் அருமையான யோசனை தோன்றியது. 'பாசத்தைப் பாசத்தாலேயே அடித்தால் என்ன?'

அதாவது, அக்பரின் மகன் பாசத்தை, பேரன் பாசத்தால் அடிப்பது!

இளவரசர் சலிமின் மூத்த மகன் பெயர் குஸ்ரௌ மிர்ஸா. அக்பருக்கு அவனை ரொம்பப் பிடிக்கும். அவருடைய சபையினர், பொதுமக்கள் என எல்லார் மத்தியிலும் குஸ்ரௌவுக்கு நல்ல பெயர்.

சலிமை அடுத்த அரசராக ஏற்றுக்கொள்ளமுடியாது என்று சிலர் போர்க்கொடி தூக்கத் தயாரானபோது, குஸ்ரௌவுக்கு வயது பதினாறோ, பதினேழோ. இந்த எதிர்ப்புக்கோஷ்டி அவரைத் தங்களுடைய தலைவராக வரித்துக்கொண்டுவிட்டது.

அதாவது, அக்பருக்குப் பிறகு அவர் மகன் சலிம்தான் அரசராகவேண்டுமா? அந்தக் குடிகாரப் பயல் ஆட்சிக்கு வருவதைவிட, சமர்த்துப் பையன் குஸ்ரௌ அரசனானால் என்ன தப்பு?

என்னது? குஸ்ரௌ சின்னஞ்சிறுவனா? யார் சொன்னது? அக்பர் அரசரானபோது அவருக்கு வயது பதினான்குதானே? அவர் இத்தனை வருடம் சிறப்பாக ஆட்சி செய்யவில்லையா? அதுபோல் குஸ்ரௌவும் பட்டத்துக்கு வரலாமே!

இந்த விஷயம் அக்பரின் காதுக்குப் போனது. அவர் இன்னும் குழப்பத்தில் ஆழ்ந்துவிட்டார்.

ஒருவிதத்தில், அவருடைய நீண்ட நாள் கவலைக்கு இது ஓர் உடனடித் தீர்வாக அமைந்தது. சலிமை நம்பி தேசத்தை ஒப்படைப்பதற்கு அவருக்குச் சுத்தமாக ஆர்வம் இல்லை, அவருக்குப் பதில் குஸ்ரௌ ஆட்சிக்கு வந்தால், மொகலாய வம்சத்தின் நிஜமான வாரிசாகவும் இருப்பான், நாட்டையும் பத்திரமாகப் பார்த்துக்கொள்வான்.

அக்பர் இப்படி யோசிக்கிறார் என்று தெரிந்தவுடன், சலிம் பதறிவிட்டார். சொந்த மகனே இப்படித் தனக்கு வில்லனாக வந்து சேர்வான் என்று அவர் கொஞ்சம்கூட யோசித்திருக்கவில்லை.

அடுத்த சில நாள்களில், கொஞ்சம் கொஞ்சமாக குஸ்ரௌவுக்கு ஆதரவு சேர ஆரம்பித்தது. இன்னொருபக்கம், 'சலிம்தான் முறைப்படி அடுத்த அரசராகவேண்டும், அந்த மரபை உடைக்கக்கூடாது' என்று இன்னொரு கோஷ்டியும் திரண்டது. இருதரப்பினருக்கும் கிட்டத்தட்ட சம பலம்.

அக்பர் திணறிப்போனார். இந்த விஷயத்தில் என்ன தீர்மானிப்பது என்று அவருக்கே புரியவில்லை. ஒருபக்கம் அரசரின் மூத்த மகன்தான் அடுத்த அரசன் என்கிற மரபு, இன்னொருபக்கம் சலிம் மீது அவநம்பிக்கை, இரண்டுக்கும் நடுவே சிக்கித் திணறினார் அவர்.

இந்த நேரத்தில் தான் அக்பர் பக்கத்தில் இல்லாவிட்டால், குஸ்ரௌ ஆதரவாளர்கள் அவர் மனத்தை மாற்றிவிடுவார்கள் என்று சலிமுக்குப் புரிந்தது. எதுவுமே நடக்காததுபோல் சமர்த்தாக ஆக்ரா திரும்பிவிடலாம் என்று தீர்மானித்தார்.

மறுபடி, ஒரு மன்னிப்பு நாடகம் அரங்கேறியது. அக்பரும் சலிமை இன்னொரு தடவை மன்னித்துவிட்டார். ஆனால் 'நீதான் அடுத்த அரசன்' என்று சொல்லவில்லை.

சலிம் இன்னும் மதுவின் பாதிப்பிலிருந்து முழுமையாக விடுபடவில்லை என்று அக்பருக்குத் தெரியும். ஆகவே, ஓர் அதிரடி வைத்தியம் செய்துபார்க்கத் தீர்மானித்தார்.

உடனடியாக, சலிம் தன்னுடைய மாளிகையிலேயே சிறை வைக்கப்பட்டார். வேளாவேளைக்குச் சாப்பாடு உண்டு, ஆனால் நண்பர்கள், உறவினர்கள், ஆதரவாளர்கள் என்று யாரும் அவரைப் பார்க்கமுடியாது.

அதுமட்டுமில்லை, சலிமுக்கு ஊற்றிக்கொடுத்துக் கெடுக்கிறார்கள் என்று அக்பர் நம்பிய சில பேர்வழிகள் கைது செய்து உள்ளே தள்ளப்பட்டாகள். அடுத்த சில நாள்களுக்கு, எந்தவிதத்திலும்

மதுப் புட்டிகள் சலிமை நெருங்காதபடி பார்த்துக்கொண்டார் அவர்.

தனக்கு மிகவும் நம்பிக்கையான சாலிவாஹன் என்ற மருத்துவரை அழைத்தார் அக்பர். 'சலிம் குடியை மறக்கவேண்டும், அது உங்களுடைய பொறுப்பு.'

சாலிவாஹனின் அக்கறையான பராமரிப்பில், சலிம் சிறிதுசிறிதாக குணமானார். அவர் மது, போதைப் பழக்கத்தை மொத்தமாக விட்டுவிட்டாரா என்று தெரியாது, ஆனால் அதை மறந்து வாழப் பழகிவிட்டதுபோல் தெரிந்தார், அவருடைய உடம்பும் கொஞ்சம் தெம்பானது.

சலிம் விஷயத்தில் அக்பர் இத்தனை தீவிரம் காட்டி முரட்டுத்தனமாக நடந்துகொண்டதற்குக் காரணம் உண்டு. ஏற்கெனவே முராத் என்கிற ஒரு மகனை குடிப் பழக்கத்தினால் இழந்திருந்த அவர், இப்போது (1604ல்) இன்னொரு மகனான தானியலையும் பறிகொடுத்துவிட்டார்.

இனி, அக்பருக்கு மிச்சமிருக்கிற வாரிசு, சலிம்மட்டும்தான். இந்தப் பழக்கத்தால் அவரையும் தொலைத்துவிடுவோமோ என்கிற பதற்றம், சலிமை இப்படி ஒரு வைத்தியத்துக்கு உட்படுத்தத் தயாராகிவிட்டார்.

சலிம் ஓரளவு குணமானதும், அவர்மீது விதித்திருந்த கட்டுப்பாடு களைக் கொஞ்சம் தளர்த்தினார் அக்பர். அவருக்கென்று தனி அரண்மனையெல்லாம் ஒதுக்கித் தந்தார். ஆனால் அப்போதும், தன்னுடைய முழு நேரக் கண்காணிப்பிலிருந்து அவரை விலக்கவில்லை.

அக்பரும் சலிமும் மறுபடி நெருங்குகிறார்கள் என்று தெரிந்தவுடன் குஸ்ரௌ கோஷ்டி உஷாராகிவிட்டது. அரண்மனைக்குள்ளேயே அதிரடியாக நுழைந்து சலிமைக் கடத்தப்பார்த்தார்கள்.

இதைக் கண்ட அக்பரால் வேதனைப்படமட்டுமே முடிந்தது. தன்னுடைய மகனும் பேரனும் சண்டை போட்டுக்கொண்டு மொகலாய சாம்ராஜ்யத்தை ஏலம் விட்டுவிடுவார்களோ என்று தவித்தார் அவர்.

இந்த விஷயத்தில் அக்பர் நேரடியாகத் தலையிட்டு ஒரு தீர்ப்பைச் சொல்லவும் இயலவில்லை. காரணம், அவருக்கே இன்னும் குழப்பம் தீரவில்லை. மகன் சலிம் போலவே, பேரன் குஸ்ரௌவையும் தன்னுடைய வாரிசாகவே அவர் நினைக்கத் தொடங்கியிருந்தார். ஆனால் இந்த இருவரில் ஒருவரைத்தான் தன்னால் தேர்ந்தெடுக்கவேண்டும் எனும்போது, அவரால் ஒரு தெளிவான தீர்மானத்துக்கு வர இயலவில்லை.

நம் ஊரில் ஏதாவது ஒரு விஷயத்தை ஒன்றுக்கு மேற்பட்ட சாத்தியங்கள் இருந்தால், அவற்றுள் ஒன்றைமட்டும் தேர்ந்தெடுப்பதில் சிரமம் ஏற்பட்டால், ஒத்தையா, ரெட்டையா போடுவார்கள், பூவா, தலையா போடுவார்கள், அக்பர் பேரரசர் இல்லையா, அவர் கொஞ்சம் பெரிய லெவலில் போட்டி ஒன்றை நடத்தித் தன்னுடைய வாரிசைத் தேர்ந்தெடுக்கத் திட்டமிட்டார்.

அதாவது, சலிமின் யானைகளில் ஒன்றையும், குஸ்ரௌவின் யானை ஒன்றையும் மோதவிடுவது. அதில் எந்த யானை ஜெயிக்கிறது என்று பார்த்துவிடலாம்.

சிரிக்காதீர்கள், நிஜமாகவே அப்போது இப்படி ஒரு போட்டி நடந்திருக்கிறது, அதை வைத்துத் தன்னுடைய வாரிசைத் தீர்மானிக்கலாம் என்று அக்பர் முடிவு செய்தாரா என்பது நிச்சயமாகத் தெரியவில்லை. ஆனால் ஏதோ உலகக் கோப்பை கிரிக்கெட் ஃபைனல்போல பல சரித்திர ஆசிரியர்கள் இந்த யானைப்போரை உக்கிரமாக வர்ணிக்கிறார்கள்.

அந்த யானைச் சண்டை நடந்துகொண்டிருக்கும்போதே, அதைச் சாக்காக வைத்து சலிம், குஸ்ரௌவின் ஆதரவாளர்கள் தங்களுக்குள் மோத ஆரம்பித்தார்கள். பிரச்னை மேலும் மேலும் அசிங்கமாகிக்கொண்டிருந்தது.

இந்தக் கவலையிலேயே, அக்பருடைய உடல்நலம் கெடத் தொடங்கியது. ‘இனிமேலும் காத்திருக்கமுடியாது’ என்று முடிவு செய்த சலிம்தான் அக்பருக்கு விஷம் வைத்துவிட்டார் என்று சொல்கிறவர்களும் உண்டு.

அக்பரின் மருத்துவர் ஹகிம் அலி கிஹானி, அவரைக் குணப்படுத்துவதற்காக ஏதேதோ மருந்துகளை முயன்று பார்த்தார். ஒன்றும் சரிப்படவில்லை. நாளுக்கு நாள் உடல்நிலை மோசமாகிக்கொண்டே சென்றது.

1605ம் வருடம் அக்டோபர் 21ம் தேதி இரவு, திடீரென்று கண் விழித்த அக்பர் தன் மகனைப் பார்க்கவேண்டும் என்று விருப்பம் தெரிவித்தார்.

உடனடியாக, சலிமுக்குச் செய்தி பறந்தது. அவரும் ஓடோடி வந்தார்.

அப்போதே, அவருக்கு விஷயம் ஓரளவு புரிந்துவிட்டது. பல மாதக் குழப்பம் நிறைவுக்கு வந்துவிட்டது. அடுத்த மொகலாய அரசர் யார் என்று அக்பர் தீர்மானித்துவிட்டார்!

சலிமைப் பார்த்த அக்பர் அவரைத் தன்னருகே அழைத்தார். புதிய அரசராக அவரை நியமிப்பதற்கான அடையாளச் சின்னங்களை வழங்கச்செய்தார்.

அதன்பிறகு, அக்பர் நெடுநாள் உயிர்வாழவில்லை. அக்டோபர் 27ம் தேதியன்று அவருடைய உயிர் பிரிந்தது.

அக்பருக்குப்பிறகு, புதிய மொகலாய அரசராக முப்பத்தாறு வயது சலிம் பொறுப்பேற்றுக்கொண்டார். அப்போது அவர் தேர்ந்தெடுத்துக்கொண்ட புதிய பெயர் 'நூருதீன் ஜஹாங்கீர்', சுருக்கமாக, 'ஜஹாங்கீர்', அதாவது உலகை வெல்பவர்!

பெயரளவில்தான் அப்படி. ஜஹாங்கீரால் தன்னுடைய தந்தையின் புகழையோ, திறமையையோ தாண்டிச் செல்ல முடியவில்லை. அவருக்குப்பிறகும் எத்தனையோ மொகலாய அரசர்கள் வந்தாலும், அந்த வம்சத்தின் மிகச் சிறந்த அரசராக இன்றுவரை நிலைத்து நிற்பது, அக்பரின் பெயர்தான்!

பின்னிணைப்பு:
நன்றி & சான்றுகள்

நன்றி: நண்பர் ஆசாத் அவர்களுக்கு

சான்றுகள்:

நூல்கள்:

- BaburNama - Archive.org
- HumayunNama - Archive.org
- AkbarNama - Columbia.edu
- Babur And Humayun: Modern Learning Organisation - Aditya Gupta - Lulu.com - 2009
- History Of India Under Humayun - William Erskine - Atlantic Publishers - 1994
- The Empire Of The Great Mughals - Annemarie Schimmel - Reaktion Books - 2006
- History Of Medieval India - Radhey Shyam Chaurasia - Atlantic Publishers - 2002
- Emperors Of The Peacock Throne - Abraham Eraly - Penguin Books - 2001

- The Mughal Empire - Escrito Por John F Richards - Cambridge University Press - 1996
- The Cambridge History Of India - 1993
- The Cambridge History Of Islam - 1970
- Advanced Study In The History Of Medieval India - Mehta J L - Sterling Publishers - 2009
- India - John Leak, Colette Leak - Vacation Work - 1997
- Writing The Mughal World - Muzaffar Alam, Sanjay Subrahmanyam - Columbia University Press - 2011
- Encyclopaedic Historiography Of The Muslim World - Ed: N. K. Singh, A. Samuddin - Global Vision Publishing House - 2003
- Akbar - G. B. Malleson - Lancer Publishers - 2008
- Akbar: Emperor Of India - Garbe Richard, Robinson Lydia Gillingham - Open Court Publishing - 1909
- Akbar: The Great Mogul - Smith Vincent Arthur - Clarendon Press - 1917
- The Emperor Akbar - Noer F. A., Beveridge Annette Susannah, Buchwald Gustav Von - Thacker, Spink & Co - 1890
- The Adventures Of Akbar - Steel Flora Annie Webster - W. Heinemann - 1913
- Akbar And The Jesuits - Father Pierre Du Jarric S. J. - Routledge Curzon - 2005
- Journey To The Court Of Akbar - Monserrate Antonio, Hoyland John Samervell - Milford - 1922
- Hindu Officers Under Akbar - C. M. Agarwal - Indian Publishers & Distributors - 2001
- Akbar - Kavitha Mandana - Puffin Books - 2010
- Dictionary Of Wars - George C Kohn - Checkmark Books - 2006
- Gulbadan - Rumer Godden - India Research Press - 2007

எண். சொக்கன்

- Bairam Khan – Sukumar Ray – Mirza Beg – 1992
- Hemu – Kanwal Kishore Bharadwaj – Mittal Publications – 2000
- Maharana Pratap – Bhawan Sing Rana – Diamond Pocket Books – 2005
- Fools and Jesters In Literature, Art and History – Emmanuel Sampath Nelson – Greenwood Publishing Group – 1998

கட்டுரைகள்:

- The Nine Gems Of Akbar – Dr. Neria H. Hebbar
- Mausoleum The Humayun Never Built – The Hindu – 2003
- Himu: A Forgotten Hindu Hero – R. C. Majumdar
- Birbal – Karen Treanor

★★★